அரசாண்ட ஆண்டி

கா. ந. அண்ணாதுரை

Title: Arasaanda Aandi

Author: C. N. Annadurai

Language: Tamil

First Published on: 1955

Year of Publication: 2024

Book Format: Paperback

*Page Size: 6inch * 9inch*

Category: Fiction

Subject: Short Novel

No. of pages: 104

ISBN: 978-81-988069-7-0

Published by: Nilan Publishers, Madurai, Tamilnadu, India

பொருளடக்கம்

குறிப்புகளுக்காக

அரசாண்ட ஆண்டி

பகுதி: 1

"லாரோகேல், கோட்டைக் கோமகள், கோமளவல்லி இளமையும் எழிலும் ததும்பும் இன்பவல்லி... தெரியுமே, மன்னா! தங்கட்கு... நினைவில்லையோ?"

"அவளா அமைச்சரே! அழகி, ஆமாம், நினைவிலிருக்கிறது - எவர் நெஞ்சிலும் பதியும் ஓவியம்! விதவை, அல்லவா?"

"ஆமாம் அரசே! விதவை! விருந்தாக வேண்டியவள்."

"கோலாகல வாழ்க்கையை வெறுப்பவள் போலும் அந்த வனிதாமணி. நமது கொலுமண்டபத்துக்கு வரத் தயங்கும் காரணம், வேறென்னவாக இருக்கமுடியும்."

"விழிமட்டுமல்ல, மன்னா! மங்கையின் சுபாவமே மானுக்குள்ளது போன்றதே. ஒருவகையான கூச்சம்! அத்தகு ஆரணங்குகளிடம், பழகிவிட்டால், தொட்டால் துவள்வதுஅவளிடம் கிடைக்கொணாத இன்பம் பிறக்கும். அவள் தங்கள் அவைக்குத் தேவையான உயிரோவியம். இந்த இடத்தின் அழகு, அவளால் வளரும், மிளிரும். பூந்தோட்டத்தில் தானே பூபதி! புள்ளிக்கலாப மயில் தோகையை விரித்தாடிட வேண்டும், பொட்டலிலா! லாராகேல் கோட்டையின் ரமணி, தங்கள் பார்வையில் இருக்க வேண்டிய பாவை. மேலும், இங்கு இளித்துக் கிடக்கும் நங்கைகள் தங்கள் மனத்திலே ஓர் சோர்வை உண்டாக்கி விட்டனர். உணர்கிறேன் மன்னா, உணர்கிறேன். அந்த உல்லாசி இங்கு உலவினாலே போதும், தென்றலின் இனிமை கிடைக்கும்."

“அமைச்சரே! அவள்தான் இங்கு வர மறுக்கிறாளே”

“மறுத்தால் என்ன! அவள் இங்கு வராவிட்டால் நாம் அங்குப் போவது!”

“நாமா”

“ஆமாம்! இப்படி அல்ல; மாறுவேடத்தில்...”

“வேடிக்கையாக இருக்கும்.”

“மனத்துக்குப் புதுவிதமான இன்பம் இறையே.”

“எனக்குக்கூட ஒரே சலிப்புத்தான்! கேட்டுக் கேட்டுப் புளித்துப்போன கீதங்கள்! கண்டு கண்டு சலித்துப்போன நடனங்கள்! ஒய்யாரிகளின் சிரிப்பு, காதைக் குடைகிறது, புன்னகை பூத்த முகத்தழகி இல்லை - எங்கும் ஒரே சாலப் பூச்சு...!”

அதை உணர்ந்துதான், அரசே! லாராகேல் கோட்டைக் கோமகளைத் தங்களுக்குக் காணிக்கையாக்கித் தீருவது என்று தீர்மானித்தேன் - திட்டமும் தயாராகி விட்டது. “திட்டம் தீட்டுவதிலே, உமக்குள்ள திறமையை அறியாத அரசுகள் உண்டோ, அமைச்சரே! ஆனால் நமக்குள் பேசிக் கொள்வோம். இந்த ரசவல்லிகளின் சம்பந்தமான திட்டம் தீட்டுவதிலும் வல்லமை மிக்கவர் தாங்கள், என்பது, எவருக்கும் தெரியாதல்லவா! நம்பக்கூட மாட்டார்கள்!”

“ஆண்டிதானே, மன்னவா! ஆண்டிக்கு என்ன தெரியும், அழகிகளைப்பற்றி என்றுதான் கூறுவர்.”

“சூட்சமம் தெரியாதவர்கள்.”

“சென்று, சில ஏற்பாடுகள் செய்துவிட்டு வருகிறேன் நாளை, பயணம்.”

“புதியபோர்! அமைச்சரே! பொற்கொடியைப் பெற நடத்தப்பட இருக்கும் புனிதப் போர்!”

“எத்தகைய போர் எனினும், மன்னன் வெற்றிக்கே பாடுபடுவேன்.”

“உம் உதவி இருக்குமட்டும், வெற்றிக்கு, என்ன குறை!! சென்று, வாரும்! என் மனம், இப்போதே கோட்டையில் இருக்கிறது.”

“கோமளவல்லியின் கொஞ்சுமொழி என் செவியில் கேட்கிறது, மன்னவா! சென்று வருகிறேன்.”

அரண்மனையில், அந்தரங்க அறையில், அரசனுக்கும் அமைச்சருக்கும் இங்ஙனம் உரையாடல்! மன்னன் காமாந்த காரனல்ல - அமைச்சரோ ஆண்டிக்கோலத்தில் இருக்கிறார் - காமக் களியாட்டத்திலே துளியும் ஈடுபாடற்றவர்; எனினும், மன்னன் மனத்துக்கு மகிழ்ச்சி தரத்தக்க மங்கை நல்லாளைக் கண்டறிந்து கூறுகிறார். கண்ட கண்ட கட்டழகிகளுடன், காமக் கூத்தாடித் திரியும் மன்னனுமல்ல - வண்டு மொய்க்கா மலர்கள் மணத்தைப் பரப்பிக் கொண்டிருக்க, பசுமை நிரம்பிய தோட்டத்திலே, அந்தப் பல வண்ணமலர்கள் உள்ள நேர்த்தியைக் கண்டு களிப்படையும் ரசிகன் போல், மன்னன் ஆடிடும் அணங்குகளையும், பாடிடும் பதுமைகளையும், கடைகாட்டி, இடை அசைத்து, நடையை நாட்டியமாக்கிடும் நாரிமணிகளையும், கண்டு களிப்பவன் - ஆடி அலையும் ஆசைமிக்கோனுமல்ல, மன்னனுடைய சபலம், அமைச்சருக்குத் தெரியும் - அதனைப் போக்கும் ‘மாமருந்து’

தேடிடும் முறையும், கடமையிலே ஒன்றெனக் கொண்டார். திருத்தலாகாதோ, மன்னனை? திருத்தலாம் - திருந்தவுங்கூடும் - எனினும், திருத்திப் பயன்? மன்னனுக்குப் பொழுது போக்கு இருக்கவேண்டும் - அப்போதுதான், அரசகாரியங்களைக் கவனித்துக் கொள்ளும் நிலை அமைச்சருக்குக் கிடைக்கும் ஆகவே, 'சபலம்' இருந்தால் தவறில்லை! ஆனால்,

அதை அறிந்து, வேறு தர்பார் தளுக்கன் எவனாவது, அரசனுக்குத் துணைநின்று கைக்குள் போட்டுக் கொண்டால்? அமைச்சரின் ஆதிக்கத்துக்கே கூட ஆபத்து எழக்கூடுமல்லவா! எனவே, மன்னனுக்குத் தேவையான 'பொன்வண்டு' சேகரிக்கும் காரியத்தையும் தானே கவனித்துக் கொள்ளத்தான் வேண்டும்!

அமைச்சனின் எண்ணம் இது. அப்பழுக்கற்றவர், பெண்கள் விஷயத்தில் பக்தர்! சித்தத்தில் சத்தற்ற விஷயங்களுக்குச் சிறிதளவும் இடம் தராதவர்! அமைச்சராக மட்டுமல்ல, ஆண்டவன் அருளைப் பாமரருக்குப் பெற்றுத்தரும் திருக்கூட்டத்தவரிலே, முன்னணிப் படையிலே, முக்கியமானவராகவும் உள்ளவர். எனினும், மன்னனிடம் தமக்கு உள்ள தொடர்பும் செல்வாக்கும், எவராலும் சிதைந்திடாதபடி பாதுகாத்துக் கொள்வதற்காக, 'முறையற்ற' செயலையும், மனமுவந்து மேற்கொண்டார்! எந்த நாட்டில் என்கிறீர்களா? வேல்விழி மாதரிடம், கோலோச்சும் மன்னர்கள் அடிமைப்பட்டுக் கிடந்த போக பூமியில்! பாருக்குள்ளே ஒரு நாடு, பல ரசங்கள் பெருகிய நாடு, பிரான்சு!

"நடிப்பா இது!"

"ரசிகர்கள் ஏராளம், எனக்கு."

“அவர்கள் ரசிகர்களா! அப்பா நடிகர்! அதிகம் பேசுவானேன். நாகரிக நகரங்களில் நமது நாடகக் குழு போன்ற உயர்தர மேடையில், உன் போன்றவர்களுக்கு இடம் கிடைக்காது - வருந்திப் பயனில்லை - கோபம் என்றால், பற்களை ‘நறநற’வெனக் கடிக்கிறாய் - கிராம மக்கள் ‘கரகோஷம்’ செய்வர், நிச்சயமாக! இது, பாரிஸ்! நாகரீக நளினிகளும், அவர்களின் நகைமுகம் காண நவநிதியும் தரச் சித்தமாக உள்ள பிரபுக்களும் கலையை வளர்க்கும் கூடம். கோபம் என்றால், பற்களை நறநறவெனக் கடித்துக் காட்டினால், பட்டிக்காட்டான் என்று கூறிக் கேலி செய்வர். புருவத்தை நெறிப்பது, அதேபோது, புன்சிரிப்பை இழந்திடாமல் இருப்பது - அது பாரிஸ் போற்றும் கலை, போ! போ! ஆண்டு பல பயிற்சி பெற்றபின், வா, பார்ப்போம்!”

“சிறு பாகமும் ஏற்று நடிக்கத் தயார்...”

“நீ தயாரப்பா, நீ தயார்; ஆனால், நான்? என் கலாரசிகர்கள்? சிறுபாகம் எனினும், இங்கு, என் அரங்கில், நடிப்பிலே நேர்த்தியான திறமை உள்ளவருக்கே அளிக்கப்படும். விவாதம் கூடாது. என்னிடம்! சென்று வா!”

வேலை தேடி வந்த ஆர்வமுள்ள நடிகனை, நாடகக் கலை வியாபாரி விரட்டிவிட்டு, உயர்ரகப் பானத்தைப் பருகிக் கொண்டிருந்தான்; உள்ளே நுழைந்தார், ஓர் முதியவர்.

“வருக, அமருக! ஊர் பேர் விவரம் கூறுக” என்றான் கலைவாணிபன் - முதியவர் நகைத்தார் - கூர்ந்து நோக்கினான் கலைக்கூடக் கள்ளன், கண்டு கொண்டான் அவர் யார் என்பதை. குழைந்தான்; நெளிந்தான், கரம் கூப்பினான். பெரியவர், அவனை அமரச் சொல்லிவிட்டு, அருகே ஓர் ஆசனத்திலமர்ந்து, “அச்சம் கண்களில் தெரிய வேண்டும், ஆனால் ஒரு கணம்தான் - அடுத்த கணமோ பாசத்தைப்

பொழியவேண்டும், சிங்காரம் சிறப்புற இருக்க வேண்டும், எனினும் செருக்குத் தெரிதல் கூடாது; வழுக்கி விழுபவளாகத் தெரியக்கூடாது, எனினும் காதலை ரசிக்கவே தெரியாத கற்சிலைபோன்றும் இருந்துவிடக் கூடாது; பேச்சிலே ‘லலிதம்’ இருக்கவேண்டும், ஆள்மயக்கி என்று தெரிந்து விடக்கூடாது; மன்னர்களை மகிழ்விக்க இயலும் என்ற முறையில் உபசாரம் செய்யும் ஆற்றலிருக்கவேண்டும், ஆனால், இப்படிப்பட்ட வாய்ப்புக் கிட்டிவிட்டதே, என் பாக்கியமே பாக்கியம் என்று களிப்புடன் குளறிடுதல் கூடாது; மணிமண்டபத்திலே, சிற்பி சமைத்த ஓவியம் உயிர்பெற்று எழுந்து வந்து, தன்னைக் கண்டு பூரித்து நிற்கும் ரசிகனிடம், காதலைப் பொழிவதைப்போல்! இத்தகைய நடிப்புத் திறன் உள்ள பெண், உண்டா; இங்கு, இப்போது உம்மிடம்?”

“அமைச்சர் பெருமானே! பயிற்சி தந்திருக்கிறேன். எத்தகைய பாகமும் ஏற்று நடிக்கப் பாவை ஒருத்தி, பக்குவமானவள், இப்போது இருக்கிறாள். தாங்கள் கூறும் பாகத்தை நடிக்கும் திறம் படைத்தவள். எங்கு நாடகம்? எப்போது?”

“நாளை மறுநாள்! மன்னன் முன்! கொட்டகையில் அல்ல, கோட்டை மாளிகையில்!”

“மன்னன் முன்னிலையிலா! மெத்தமகிழ்ச்சி அமைச்சர் பெரும! மெத்த மகிழ்ச்சி! அரசரின் அருமை நண்பர்கள் அனைவரும் பாராட்டும் வண்ணம் அமைத்துக் காட்டுகிறேன். என் திறத்தை விளக்கிட நல்லதோர் வாய்ப்பு, நல்லதோர் வாய்ப்பு.”

“ஆசிரியர்! கோட்டை மாளிகையில் என்றேன், நாடகம் என்று கூறவில்லை. லாரோகேல் கோட்டைக் கோமகளாக மாறுவேடம் அணிந்து சில நாட்கள், மன்னனுடன் அந்த நடிகை அளவளாவி இருக்கவேண்டும். கோட்டை

மாளிகையில், ஆள் அம்பு, ஆடம்பரம், அலங்காரம் யாவும் இன்று தயாராகிவிடும்; அவர்கள் அனைவரும், உன் நடிகையை, கோட்டைக் கோமகளாகவே வரவேற்பர், பணிபுரிவர், மன்னன் வருவார் - உடன் நான் வருவேன் - இருவரும் மாறு வேடத்தில்!"

"புதுமையாக - இருக்கிறது."

"பொருள் உண்டு - உனக்கு அது தெரியவேண்டியதில்லை. இதோ இப்பேழையில், கோட்டைக் கோமகளுக்குரிய ஆபரண வகைகள் - மற்றோர் பேழையில் ஆடை வகைகள். இதோ அவள் ஓவியம். இன்றே உன் நடிகையைத் தயார் செய்து, இரவு அங்குச் சென்றுவிட ஏற்பாடு செய். என் ஆட்கள் அங்குத் தயாராக இருப்பார், மன்னன், லாரோ கேல் கோட்டைக் கோமகளிடம் பழகுவதாகவே, கருத வேண்டும் - துளியும் சந்தேகம் ஏற்படலாகாது - குட்டு வெளிப்பட்டால், தலை தப்பாது, உனக்கு."

"கஷ்டமும் ஆபத்தும் நிரம்பிய திட்டம்."

"மன்னனுக்காக! அரசுக்காக! நாட்டுக்காக! காடு வேட்டைக்கு அல்ல! கருத்தற்ற களியாட்டமுமல்ல!"

"முயல்கிறேன்..."

"வெற்றி கிட்டும், அஞ்சாதே! மன்னன் தாமாகத் தம்மை இன்னார் என்று தெரிவிக்காமுன்னம், கோட்டைக் கோமகள் அவர்தான் மன்னர் என்று அறிந்து கொண்டதாகக் காட்டிக் கொள்ளக்கூடாது."

"அப்படியா? ஏன்?"

“எப்படி இதைச் சாதிப்பது என்று யோசி - ஏனென்ற கேள்வி எதற்கு!”

“உத்தரவு.”

“இதோ செலவுத் தொகை... லாரோகேல் மாளிகையில் கோட்டைக் கோமகளை, நாளை மறுநாள் சந்திக்கிறேன்.”

“நாம் யார் என்று அறிந்ததும் பேதைப்பெண் பிரமித்துப் போய் விடுவாள்! மன்னா! மன்னித்துவிடு. குற்றம் ஏதேனும் செய்திருந்தால், பொறுத்திடுக! என்றெல்லாம், குளறிக் கொட்டுவாள்.”

“ஆமாம், அரசே! மாறுவேடம் தங்களுக்குப் பொருத்தமாக அமைந்துவிட்டது. நடிப்பு தங்கட்குத் தெரியாதா - சீமாட்டி அறிய முடியுமா தங்கள் திறமையை.”

“வேடிக்கையாக இருக்கும். யாரோ, காதலில் கட்டுண்ட வாலிபன், என்று எண்ணிக்கொள்வாள் - இன்னுயிரே! ஆரமுதே! என்று நான் கொஞ்சுமொழி பேசுவது கேட்டு, யாரோ, சிங்காரத் தோட்டத்தில் நள்ளிரவுகளைக் கழித்த வாலிபச் சீமான் என்று எண்ணிக் கொள்வாள்...”

“ஐரோப்பா மெச்சும் பிரான்சு நாட்டுப் பூபதி தாங்கள் என்பதை பிறகு அறிந்ததும்...”

“அப்போதுதானே, வேடிக்கையின் உச்சக்கட்டம், அமைச்சரே, ஒரு திங்களுக்கு மேலாக எனக்கு இருந்து வந்த சோர்வு, சலிப்பு, பறந்தே போய்விட்டது - புதியதோர் மன எழுச்சி இப்போது. அடுத்த விநாடி என்ன, அதற்கு அடுத்தபடி என்ன

நேரிட இருக்கிறது, என்று எண்ணி எண்ணி, பரபரப்படையும் நிலை; இதைத்தான் நான் விரும்புகிறேன்."

"நான் அறிவேனே மன்னா, அதனை! அறிந்துதானே இந்த விருந்துக்கு ஏற்பாடு செய்தேன். பிரான்சு நாட்டு உயர்தர பிரவு குடும்பத்து வாலிப ரசிகன் உல்லாசப் பயணமாக வந்துள்ளார். தங்கள் மாளிகையில் சில நாட்கள் தங்க விழைகிறார். என்றுதான், செய்தி தந்திருக்கிறேன், கோமகளுக்கு. வேட்டையில் இலேசாகப் பிரியம் - வேடிக்கையாகப் பேசுவதைப் பெரிதும் விரும்புவார் - கீதத்திலே அளவுகடந்த விருப்பம் - நாட்டியமாடுவதிலே நேர்த்தியான முறை தெரிந்தவர் - என்று குறிப்பும் எழுதி இருக்கிறேன். அதோ பாரும், கோட்டை மாளிகை மாடி - தீபாலங்காரம்..."

"வரவேற்கத் தயாராக இருக்கிறாள், வனிதை!"

"உள்ளே ஒரே பரபரப்பாக இருக்கும், பணியாட்கள் ஓடி ஆடி வேலை செய்தவண்ணம் இருப்பர். அதோ, கீதம் கேட்கிறதோ, இனிமையான நாதம்..."

கோட்டை மாளிகை வாயில் வந்தடைந்தனர், மாறு வேடமணிந்திருந்த மன்னனும் அமைச்சனும். உள்ளே கீதம் மும்முரமாகக் கேட்டபடி இருந்தது. காவலாட்கள், தடுத்து நிறுத்தினர், உள்ளே செல்லக்கூடாது என்று. மன்னன் அமைச்சனைப் பார்த்தான் - அமைச்சன். காவலாளைப் பார்த்தான். அவன், "உள்ளே, சீமாட்டி இன்று இரு விருந்தினர்களை, உபசரித்துக் கொண்டிருக்கிறார்கள். வேறு யாரும் நுழையலாகாது - அனுமதி கிடையாது" என்று கூறி, கதவைத் தாளிட்டுக் கொண்டு சென்றேவிட்டான். உள்ளே கீதம்! மன்னன் மனத்திலே, கோபம்! அமைச்சருக்கோ திகைப்பு! என் ஏற்பாடுகள்! என் ஏற்பாடுகள்!! - என்று முணுமுணுத்துக் கொண்டார். உள்ளேயோ, மானே! தேனே!

மாங்குயிலே! என்று காதல் கீதம், சாகசச் சிரிப்பொலி! வந்த வழியே திரும்பிச் சென்றனர், மன்னரும் அமைச்சரும்...

நடைபெற்றதென்னவெனில், அமைச்சரும், நாடகக் குழுத் தலைவனும் பேசிக் கொண்டிருந்ததை அவர்கள் அறியாமல் கேட்டுக் கொண்டிருந்த வேலை தேடிவந்த நடிகன், வேறோர் எத்தனுடன் கூடிக்கொண்டு, கோட்டைக் கோமகளை ஏய்த்துவிட்டனர் - அவள் எதிர்பார்த்துக் கொண்டிருந்த சீமான்போல நடித்து!

இலக்கியமல்ல, வரலாறும் அல்ல, கட்டிவிடப்பட்ட கதைதான் இது. எனினும் இது போன்றதும் இதனினும் மோசமானதுமான பல செயல்களைச் செய்து வந்தவர், ரிஷ்லு என்று, பல கதைகளைப் பலர் கட்டினர் - மக்கள் இவ்விதமான கதைகளை, உண்மை என்று நம்பியது மட்டும்மல்ல, ரிஷ்லு, இதுவும் செய்வான், இதைவிடக் கேவலமான காரியமும் செய்வான் - ஆதிக்க வெறிபிடித்தலையும் அந்த ஆண்டி. எதையும் செய்வான், என்றுதான் பேசுவர். மக்கள், அந்த அளவுக்கு, ரிஷ்லுவைப்பற்றி மனக்கொதிப்பு அடைந்திருந்தனர். ஆனால் வெளிப்படையாக எதிர்க்கவோ இயலாது. ரிஷ்லுவின் பழி தீர்த்துக் கொள்ளும் திட்டம் பயங்கரமானது. எதிர்ப்பவர், தப்புவதில்லை - சித்ரவதையையே பரிசாகப் பெறுவர்.

கார்டினல் ரிஷ்லு, பிரான்சு நாட்டை ஆட்டிப் படைத்த ஆதிக்கக்காரன் - மன்னனே அவனுடைய சதுரங்கக் காயானான்! பிரபுக்களுக்கு, அவன் பெயர் கேட்டாலே அச்சம், பிறநாட்டு மன்னர்களோ, அவனுடைய திட்டம் இப்போது யாதோ, நாளை எங்ஙனம் உருவெடுக்குமோ என்று எண்ணித் திகைப்பர். அவன் ஆதிக்கத்தை எதிர்க்கும் ஆற்றல் எவருக்கும் ஏற்படவில்லை. முணுமுணுப்போர் மூலைக்குத் துரத்தப்படுவர்! சதிபுரிவோர், சிரம்கொய்யப்படும். புரட்சி முளைத்தால் பொசுக்கித் தள்ளப்படும். மன்னனே, உற்றார்

உறவினர். உடன்பிறந்தார், பெற்றதாய், எனும் எவருக்கும் கட்டுப்படமாட்டான்; ரிஷ்லு, கீறிடும் கோட்டினை மட்டும் தாண்டமாட்டான். பற்று, பாசம், நட்பு, நன்றியறிதல், தயைதாட்சணியம், அச்சம், எனும் எதனையும் பொருட்படுத்தாமல், தான் இட்டதே சட்டமென்றாக்கி, ஈடுஎதிர்ப்பு இன்றி, முடிதரித்த மன்னனையும் பிடிவாதம் நிரம்பிய பிரபுக்களையும், சதிபுரிந்து புரிந்து பழக்கப்பட்டவர் களையும், ஒருசேர, அடக்கி ஆண்டவன், கார்டினல் ரிஷ்லு. படைத் தலைவர்கள் அவனிடம் பணிந்தனர். பூஜ்யர்கள் அவனிடம் சரண் புகுந்தனர். பிரான்சு நாட்டு ஆட்சிப் பொறுப்பைக் கைப்பற்றியது முதல் இறந்து படும்வரையில், பிரான்சிலும், அதனுடன் எவ்வகையாலேனும் தொடர்பு கொண்ட எந்த நாட்டிலும், கார்டினல் ரிஷ்லுவைப் பற்றித்தான் பேச்சு. மன்னர்கள் மாறுவர். மண்டலங்களிலே மகத்தான சம்பவங்கள் உருண்டோடும், ஆனால் எவரும் அஞ்சும் ஒரே மகத்தான சம்பவமாக, ரிஷ்லுவின் ஆதிக்கம்தான் நிலவிற்று.

பதின்மூன்றாம் லூயி மன்னன் பட்டத்துக்கு வருகிறபோது, கார்டினல் ரிஷ்லு அரண்மனையில் இல்லை, ஆதிக்கத்தில் இல்லை, துவக்கம் கூட இல்லை. கார்டினல் ரிஷ்லு, இறக்கும் போது "எனக்குப் பிறகு, இதோ இந்த மாஜிரின் என் இடம் பெறட்டும்" என்று பதின்மூன்றாம் லூயி மன்னனிடம் கூறினான் - மன்னன் மறுக்கவில்லை - மறக்கவுமில்லை - மாஜிரின் ரிஷ்லுவாக்கப்பட்டான். இந்த வகையான செல்வாக்கைப் பெற்ற கார்டினல் ரிஷ்லு, "நானுனக்கு மகன் அலனோ, நீ எனக்கு வாய்த்த தந்தை அல்லவோ" என்று ஆண்டவனிடம் நெஞ்சு நெக்குருக இறைஞ்சி, அருள் பெற்று, பெற்ற அருளைப் பாமரருக்குத் தந்து அவர்களைப் பரமபத நாதனின் பார்வையில் கொண்டு போய் வைக்கும் பணியில் ஈடுபடும் பாதிரிமார் வேலைக்குத்தான் தன்னைத்தானே முதலில் ஒப்படைத்துவிட்டவர். கடைசிவரையில், கார்டினல் ரிஷ்லுவாகத்தான் பெயர் - சூரன், வீரன், மகாகனம், மன்னன் - என்ற விருதுகளை விரும்பவில்லை, ஏன் விரும்பவேண்டும்,

விருது பல பெற்றவர்கள் எல்லாம் தன்முன் கட்டியம் கூறி நிற்கக் காணும் போது, விருது வேறு தேவை என்ற எண்ணமா பிறக்கும்! பிரான்சு நாட்டின், எந்தப் பெரும் பதவியையும், எடுத்து எவர் முன்பும் வீசும்ஆதிக்கம் இருந்தது கார்டினல் ரிஷ்லுவுக்கு. 'தேவப் பிரசாதத்தை'த் தந்து, துதிப்பாடல்களைப் பாடி, ஏசுவின் சுவிசேஷத்தை எங்கும் பரப்பும் பணிபுரிவதற்காக என்று வாழ்க்கைப் பாதைப் பயணத்தின் துவக்கம் இருந்தது - பாதையோ, பிறகு வளைந்தது, குறுக்கே கிடைத்த மற்றோர் பாதை, அரண்மனைக்கு ரிஷ்லுவை அழைத்துச் சென்றது, மண்டலம் காலடியில் கிடந்தது.

பிரான்சு! விசித்திரமான நாடு; விபரீதமான நிலமைகள்! அங்கு, அழகும் அவலட்சணமும், வீரமும் கோழைத் தனமும், சமரசமும் சதிச் செயலும், கலையும் கொலையும் காவியமும் கபடமும், செல்வமும் சீரழிவும், உலுத்தரின் உல்லாசமும் உழைப்போரின் பெருமூச்சும் ஒன்றோடொன்று மோதிக் கொள்ளவில்லை, ஒன்றைஒன்று அடுத்தடுத்து இருந்துவந்தன - மேகங்கள், அங்கும் இங்கும், கருநிறமாக ஒன்றும், வெண்கருமுகிலாக மற்றொன்றும் உள்ளதுபோல்! ஒன்றொடொன்று மோதி, பேரிடியாக மாறியதுதான், பிரெஞ்சுப் புரட்சி. ரிஷ்லு காலத்துப் பிரான்சிலே, மேகங்கள் சூல் கொண்டன. அந்தப் பிரபுக்களின் கோலாகலம் சிறந்ததா என்று கண்டுபிடிக்க முடியாத நிலை. அரண்மனையில் மட்டும்தான் அரசோச்சுபவர் இருப்பார் என்பது பொது நிலை. பிரான்சிலே, அரண்மனையிலே மன்னர் இருப்பார்; ஆனால் அரசோச்சும் ஆற்றல் கொண்ட பிரபு ஒருவன்,வேறோர் கோட்டையிலே கொலுவீற்றிருப்பான்! பாதிரிகள் பலர்; பாபச் செயலோ அமோகம் படை பல உண்டு, தோல்வியே அதிகம்! பசும் வயல் உண்டு. பட்டினி உலவும்! வாணிபம் நடைபெற்றது வணிகர் கொழுக்க! வரி வாங்குவார் மன்னர், வறியவர்களிடம் மட்டும்! மது உண்டு, மாதரின் அதரம், அதனிலும் போதை தரும் நிலை உண்டு. கீதம் உண்டு, ஏழையின் சோகக் குரலுடன் போட்டியிட்டவண்ணம்,

பிரான்சு, தாமரைக் தடாகத்துக்கு எருமைபோல், மக்கள் வாழ்வுக்கு ஓர் ஆட்சி முறை இருந்துவந்தது. இந்தப் பிரான்சில் தானே ஒரு ரிஷ்லு தோன்ற முடியும். இங்குதானே ஆண்டியாக வேண்டியவன், அரசனை ஆட்டிப் படைக்கும் இடம் பெற முடியும்.

இத்தகைய பிரான்சுக்கு மன்னனாக வந்தமர்ந்த பதின்மூன்றாம் லூயிக்கு, வயது 9! சொல்ல வேண்டுமா? நிலைமையை! 'லூயி மன்னன், சிறு பாலகன், நிழலைக் கண்டால் பயந்தோடியும், நீரைக் கண்டால் அஞ்சியும் மலர்ச்செடி அருகே சென்றால் வண்டு கொட்டுமோ மானைத் தொட்டால் முட்டித் தள்ளுமோ என்று திகில் கொள்ளத்தக்க மனநிலை உள்ள வயது. ஒன்பது வயதுப் பாலகன், பிரான்சின் மன்னன்! கடிவாளம் அறுந்து போய், உடலிலே முள் தைத்து, வெறிஉணர்ச்சியுடன் உள்ள காட்டுக் குதிரையை அடக்கி ஓட்டிச் செல்ல, ஒன்பது வயதுச் சிறுவன். மன்னன் மகன் மன்னன்தானே! வயதா முக்கியம்! முடமானாலும், குருடானாலும், சித்தம் குழம்பிப் போயிருப்பினும், சீரழிவான குணம் கொண்டோனயினும், மன்னன் மகன் மன்னனாதல்தானே முறை! தேவகட்டளை அல்லவா அது! பண்டைப் பெருமையின் சின்னம்! எனவே, ஒன்பது வயதுப் பாலகன், ஆட்சிப் பீடத்த மர்ந்தான். அவன் பெயரால், அவன் அன்னை ஆட்சிப் பொறுப்பைப் பார்த்துவந்தார்கள். அந்த அன்னையோ!

மெடிசி குடும்பம் என்பது, பிரான்ஸ் நாட்டிலே கீர்த்தி வாய்ந்தது. செல்வத்தாலும், பல நாட்டுடன் மணவினை காரணமாக ஏற்பட்ட தொடர்பாலும், மெடிசி குடும்பம், மிகுந்த செல்வாக்கடைந்திருந்தது. மேரி எனும் அம்மை, இந்த மெடிசி குடும்பம் - மாண்ட மன்னனின் மனைவி - பதின்மூன்றாம் லூயிக்கு அன்னை; இத்தாலிய வம்சம். இயல்போ.

மேரி டி மெடிசி, தன் ஆதிக்கத்தை நிலைநாட்ட, எதையும் துணிந்து செய்யும் இயல்பு கொண்டிருந்தார். மன்னன் மனைவியாக இருந்தவர்கள் தான் எனினும், கான்சினி எனும் இத்தாலியன், அம்மையின் அபிமானத்தை அளவு கடந்து பெற்றிருந்தான். இத்தாலியிலிருந்து மேரி அழைத்துக் கொண்டுவந்த பரிவாரத்தில், லியனாரா டோரி என்றோர் தோழி இருந்தாள்; தச்சு வேலைக்காரன் மகள் அவளுடைய கணவன், இந்தக் கான்சினி.

ஊரிலே, பலர் பலவிதமாகப் பேசினர் - அரண்மனை சட்டை செய்யுமா! கான்சினிதான், மேரிக்கு உற்ற துணை நல்ல தோழன், யோசனை கூறுவோன், எல்லாம். கான்சினியின் சொல்தான், அரண்மனையிலே, முத்திரையில்லா உத்தரவு. பலருக்கு இது பிடிக்கவில்லை- சிறுமொழி புகன்றனர். கான்சினி சிரித்தான்! என் யோகம் அது - இதுகள் வீணாக வயிற்றெரிச்சல் பட்டுப் பலன் என்ன என்பான்.

“கான்சினி, கான்சினி” என்று எதற்கும், எப்போதும் மேரிதேவியார், அவனைத்தான் அழைப்பார்கள், இந்த உத்யோகம் யாருக்கு அளிக்கலாம்? கான்சினிதான் கூறவேண்டும். இந்தச் சட்டத்தை எப்படித் திருத்தலாம்? கான்சினி சொல்கிறபடி! இதுதான் ஆட்சிமுறை இவ்வளவு செல்வாக்கைப்பெற, கான்சினி, பேரறிவாளனா? இல்லை. மேரி அம்மையின் மனத்தை மகிழ்விக்கும் துறை ஒன்றுக்கே அவன் அறிவு அனைத்தும் செலவழிந்து விட்டது - மற்றத் துறைகளை அவன் அறிவான். போரில் வல்லவனோ? போரா! அரண்மனையில், அரசாளும் அம்மைக்கு அந்தரங்க நண்பனாக இருக்கும் கான்சினிக்குக் களம் செல்ல நேரம் ஏது! பிரான்சு நாட்டுப் பெருங் கீர்த்திக் குடும்பத்தில் உதித்தவனோ? இல்லை. இத்தாலி நாட்டவன்! அவன் பெற்ற செல்வாக்குக்காக, அவன் கற்றிருந்த ஒரே வித்தை, மேரியின் மனப்பக்குவத்தை அறிந்து நடப்பது தான், சாமான்யமான கலையா, அது! அதிலும், பிரான்சில், அந்த நாட்களில்! பெற்ற

செல்வாக்கைப் பயன்படுத்திக்கொண்டு கான்சினி ஆட்சி முறையிலே ஒரு விறுவிறுப்பு, ஏற்படுத்தினானா? இல்லை! பட்டமும் பதவியும் பரிசும் வாரி வழங்குவான் நண்பர்களுக்கு. மேரி அம்மைக்கு எதிராகப் பகைக் கூட்டம் கிளம்பிற்று. அதனை அறிந்து அழிக்கும் ஆற்றலும் அற்றிருந்தான் கான்சினி. உரித்த பழத்தைச் சாப்பிட்டுவிட்டு உயர்தரப் பானம் பருகி, உல்லாச ஓடம் ஏறிச்செல்லும் போக்கினன், கான்சினி. அவனிடம், மேரிதேவி காட்டிய பரிவு, எதிர்ப்புச் சக்தியை உருவாக்கிற்று - மேரி அதை உணர்ந்து அஞ்சினாள், கான்சினி ஏதும் செய்ய இயலாதிருந்தான்! அரண்மனைக்குள்ளேயும் வெளியேயும், சீமான்களின் சிங்கார மாளிகைகளிலே, பிரப்புக்களின் பாசறைகளிலே, கான்சினி - மேரி தொடர்புபற்றி, கோபப் பேச்சுக் கிளம்பும், சூளுரைப்பர் சிலர், சிரத்தை அறுத்தெரிய வேண்டுமென்பர் சிலர், அவனை விரட்ட வேண்டும் நாட்டை விட்டு என்பர் சிலர், ஏன் இந்த மேரி தேவியின் புத்தி இவ்வளவு கெட்டுக் கிடக்கிறது என்பார் ஒருவர். எதற்கும் ஓர் அளவு இருக்கவேண்டாமா, என்பார் மற்றொருவர்; எதிர்ப்புப் பல இடங்களிலிருந்தும், உருவெடுத்தவண்ணம் இருந்தது.

ரிஷ்லு, அப்போதெல்லாம் பரமனுடைய நாமத்தை ஜெபித்துக்கொண்டு, தேவாலயப் பூஜாரியாய், திவ்யப் பிரபந்தங்களின் தேன்மொழியை ரசித்துக்கொண்டு, நாத்திகர்களைத் திருத்திடும் நற்றொண்டிலும், சந்தேகிகளைச் சன்மார்க்கிகளாக்கும் பணிபுரிந்து கொண்டும், மத தத்துவ விளக்க ஏடு தீட்டிக் கொண்டும் இருந்தான் - ஆனால், உள் எண்ணமோ, உடைக்கு ஏற்றது அல்ல. தேவாலயத்திலே தான் உலவினான்; ஆனால், நோக்கமோ, அரசியல் ஆதிக்கம் பெறவேண்டும், எப்படியேனும், பாரிஸ் பட்டணம் சென்று, புகழ்க்கொடியை நிலைநாட்ட வேண்டும் என்பதுதான். உடை காவி, உள்ளமோ பதவி போகத்தில், நாளை மறுநாள், அடுத்த திங்கள், இன்னும் சில திங்களில் என்று, இவ்வண்ணம் ஆவலுடன் எதிர் பார்த்தபடி இருந்தான், அழைப்பு வரும் வரும் என்று, அருளாலயத்துக்கு அனைவரும் வாரீர், அவன்

புகழ் கேளீர் என்று பக்தர்களை அழைக்க வேண்டிய ரிஷ்லு, பாரிஸ் பட்டணத்திலிருந்து, ஆட்சியாளர்களிடமிருந்து, தனக்கு அழைப்பு வரும் நாளே திருநாள், பெருநாள் என்றெண்ணிக் கிடந்தான். அந்த அழைப்புக் கிடைப்பதற்கான முயற்சிகளில் ஈடுபட்டிருந்தான். நமது தேவாலய அதிபர், நமக்காகத் திருப்புகழைத் தொகுத்துத் தருவார், ஐயன் குணங்களை அழகுபட எடுத்துரைப்பார். பாவத்தைத் துடைக்கும் பணியினைப் பக்குவப்படுத்துவார், என்றுதான், அந்த ஊர்மக்கள் எண்ணிக்கொண்டனர். ஆனால், லூகான் நகர தேவாலய அதிபராக இருந்துவந்த ரிஷ்லு, மேரி அம்மையிடமிருந்து அழைப்புவரவேண்டுமென்று எதிர்பார்த்த வண்ணம் இருந்தார். உள்ளே புக இடம் கிடைத்துவிட்டால் போதும். பிறகு நமது உயர்வைத் தடுக்க யாராலும் முடியாது என்ற நம்பிக்கை பலமாகக் கொண்டான். ரிஷ்லு பிரான்சு நாட்டு நிலையும், ஆளும் அம்மையின் நிலையும், ஆட்டிப் படைக்கும் கான்சினியின் குணமும், பிரபுக்களின் வலிமையும், திகைத்துக் கிடக்கும் மக்களின் குமுறலும், ரிஷ்லுவுக்குத் தெளிவாகத் தெரியும். ஜெபமாலைதான் கரத்தில். ஆனால், நினைப்பு முழுவதும், நாதன்மீதல்ல. நாடாள்வோர் மீது, ஆட்சிப் பீடத்தருகே செல்லும் பாதையின் மீது. தேவாலய அதிபருக்கு வேண்டிய அறிவாற்றல் இல்லையோ - நிரம்ப, நிரம்ப. தத்துவம் தெரியும், தர்க்கம் அறிவார்; ஏடு தீட்டினார், வாதம் புரிந்தார் - ஆனால் திருப்தி இல்லை; இதுதானா, இவ்வளவுதானா, பிரான்சு நாட்டை அல்லவா ஆளவேண்டும், மந்தையிலிருந்து விலகி விட்ட ஆடுகளைத் திருப்பிக் கொண்டுவந்து சேர்க்கும் வேலைதானா எனக்கு? நான் ஆளப் பிறந்தவன், ஆளும் ஆற்றல் படைத்தவன், கான்சினியின் கரத்திலே பம்பரமாக உள்ள பிரான்சு மட்டும், என் கரத்திலே ஒப்படைக்கப் பட்டால்...! எண்ணும்போதே எதிர்காலக் காட்சிகள் மனத்திலே தோன்றின. அழைப்போ, வந்தபாடில்லை. ரிஷ்லுவின் அண்ணன் ஹென்ரி ரிஷ்லு, பாரிசில், மேரி அம்மையின் கருணைக்குப் பாத்திரமானவனாகத்தான் இருந்தான். தம்பியின் உருக்கமான வேண்டுகோள்

கிடைத்தது. சமயம் வரவில்லை. வேறு பல நண்பர்களுக்கும் எழுதியிருந்தான் ரிஷ்லு. வாய்ப்புக் கிடைக்கவில்லை. மேரி தேவியாருக்கே எழுதினான், "அடியேன் என்றும் தங்களுக்குச் சேவை செய்யச் சித்தமாக இருக்கிறேன், உத்தரவுக்கு எதிர்பார்க்கிறேன்" என்று. உத்தரவு கிடைக்கவில்லை. கான்சினுக்கும் எழுதினான் - கட்டளைக்குக் காத்திருப்பதாக. கட்டளை கிடைக்கவில்லை. அதுவரையில் கர்த்தர் தொண்டு செய்து வருவோம் என்று இருந்து வந்தான். அதிலேயும் இலாபம் இல்லாமற் போகவில்லை.

கார்டினல் ரிஷ்லு, வேண்டாவெறுப்புடனே, எதிர்பாராத நிலையிலோ, பதவி பெறவில்லை. அதற்காக, அவன் எடுத்துக் கொண்ட முயற்சி கொஞ்சமல்ல - பூஜாரியாக இருந்துகொண்டே இந்த முயற்சியில் ஈடுபட்டு, அறமா, அழகா, என்பீர்கள், அந்நாளில் அது அறமா, அழகா என்பதல்ல பிரச்சனை. அதுதான் முறை! கார்டினல் ரிஷ்லு, செந்நெல் வயலிலே பதுங்கிக் கிடந்த புலி! இரை வேண்டும் - இருட்டவேண்டும் - அதுவரை, வயலில் மாடா, கதிர் தின்று பசி தீர்த்துக் கொள்ள? ரிஷ்லுவும், பாரீஸ்மீது பாய்வதற்குத் தக்க சமயம் வருகிற வரையில், இங்கு இருப்போம், என்றுதான் லூகான் நகரைத் தங்குமிடமாகக் கொண்டான் - தேவபூஜையின் மேன்மையை உணர்ந்து அல்ல!

ரிஷ்லு, எளிய குடியில்தான் பிறந்தான். 1585ஆம் ஆண்டு செப்டம்பர் மாதம் 9ஆம் நாள், பாரிஸ் பட்டிணத்தில் ரிஷ்லு பிறந்தான். உடன்பிறந்த ஆடவர் மூவர், இரு பெண்கள், ஆர்மாண்டு ஜீன், என்ற பெயர், ரிஷ்லுவுக்கு! ரிஷ்லு என்பது ஊரின் பெயர், அதுவே அந்தக் குடும்பத்தினரின் பொதுப் பெயருமாயிற்று. ஐந்து வயதுப் பாலகனாக ஆர்மாண்டு ஜீன் இருக்கும்போதே, தந்தை காலமானார் - ஜீன், தாயாரால் வளர்க்கப்பட்டு வந்த செல்லப்பிள்ளை. சுசானே என்பது தாயின் பெயர். ஜீன், சிறு பிராய முதலே, நோயாளி - துள்ளித்திரிவ தில்லை, சோர்ந்து காணப்படுவான். தாயார்,

அவனை மிகவும், பக்குவமாக வளர்க்க வேண்டி இருந்தது. அடிக்கடி கடுமையான காய்ச்சல். சிறுவன், ஓங்கி வளருவதற்கு முடியாத நிலை. குன்றிக் கிடப்பான். உடல்தான் அவ்விதம். உள்ளமோ சுறுசுறுப்பானது -இளமை முதலே! பிரான்சு நாட்டு நிலை, பொருளாதார நெருக்கடி, கத்தோலிக்கருக்கும் பிராடெஸ்ட்டெசண்ட் பிரிவினருக்கும் ஏற்படும் போராட்டங்கள், அரச குடும்ப அலங்கோல நடவடிக்கைகள், இவைபற்றி எல்லாம் ஊரார் பேசிக் கொள்வர், சிறுவன் கூர்ந்து கவனித்துக் கேட்பான். மனத்திலே, எண்ணங்கள் தெளிவாகப் பதியலாயின! சிறு வயது முதல் இறந்து படும் வரையில், ரிஷ்லு, சதா நோயுடன் போராடிக் கொண்டுதான் இருக்க நேரிட்டது. எனினும், ஓயாத உழைப்புக்குத் தன்னை உட்படுத்திக்கொண்டான். பள்ளியிலே முதல் மாணவனாக, ஆசிரியர் பாராட்டும் திறம் படைத்தவனாக, விளங்க வேண்டும் என்று ஆசை. படிப்பதிலே ஆர்வம். எந்தத் துறை சம்பந்தமான ஏடானாலும் அதனைத் தெளிவாகக் கற்றுணருவதிலே கவலை. ஆசிரியர்கள், ரிஷ்லுவின் அறிவுத் தெளிவு கண்டு ஆச்சரியப்பட்டனர். எப்போதும் நோய் வாய்ப்பட்டு, மெலிந்து சோர்ந்து காணப்பட்ட இந்த வாலிபனுக்கு அறிவுக் கூர்மை எப்படி ஒளிவிடுகிறது காணீர், என்று பலரும் பாராட்டுவர் - ரிஷ்லுவுக்கு இதனைக் கேட்பதிலே மிக்க மகிழ்ச்சி துவக்க முதலே ரிஷ்லுவிடம் இந்தக் குணம் இருந்து வந்தது - தனக்கு ஈடு எதிர்ப்பு எவரும் இருத்தலாகாது. என்ற எண்ணம். அதிகாரத்தில் அமர்ந்ததும், இதே எண்ணம் தான். ரிஷ்லுவை, ஈவு இரக்கமற்ற செயல்களையும் செய்யத் தூண்டிற்று. இலக்கியத்துறைப் படிப்பை முடித்துக் கொண்டு, ரிஷ்லு, இராணுவக் கல்லூரியில் சேர்ந்தான். குதிரை ஏற்றம், வாட்போர், ஆகிய கலைகளை நேர்த்தியான முறையிலே பயிற்றுவிக்கும், உயர்தரக் கல்லூரியில் ரிஷ்லுவுக்கு இடம் கிடைத்தது. இலக்கியக் கல்வி பயில்கையில் எத்தகைய திறமையும் ஆர்வமும் காட்டினானோ, அதேபோலவே, இராணுவத் துறைப் படிப்பிலேயும் ரிஷ்லு திறமையைக் காட்டி ஆசிரியர்களின் பாராட்டுதலைப் பெற்றான்.

இலக்கியம் பயின்றான், ஆனால் இலக்கிய ஆசிரியனாக வில்லை.

போர்க்கலை பயின்றான், ஆனால் படையிலே தளபதி யாகவில்லை.

இவை எல்லாம் ஆர்வத்துடனும் திறமை நிரம்பும் முறையிலும் கற்றானெயொழிய, ரிஷ்லு, இந்தத் துறைகள் தரும் இடமும் வாய்ப்பும் போதுமானவை என்று திருப்தி அடையவில்லை. வேறு ஓர் இடம் தனக்கு வேண்டும், இவை யாவும், வெறும் 'முதற்படிகளே' என்று எண்ணினான். ஆனால் அவன் இலக்கிய அறிவைக் கண்டவர், அவன் பெரிய இலக்கிய கர்த்தாவாகிவிடுவான் என்று எண்ணிக்கொள்வர் - இராணுவக் கல்லூரியிலே அவனைக் கண்டவர்களோ, இவன் படையில் சிறந்த தளபதியாகத் திகழ்வான் என்று எண்ணிக் கொள்வர் ரிஷ்லுவோ, இலக்கிய அறிவும்-, இராணுவக்கலை அறிவும், தனக்குக் கிடைக்க இருக்கும் பெரியதோர் வாய்ப்புக்குத் துணை புரியும், என்று மட்டுமே எண்ணிக்கொண்டான். சிறுவயது முதற்கொண்டே, ரிஷ்லுவின் மனம் அப்படிப்பட்டதாக இருந்தது. வேறு யாருக்கும் கிட்டாத கிடைக்காத இடம் தனக்குக் கிடைக்க வேண்டும் என்று எண்ணுவான் - அதற்கான முழுப் பயிற்சியும் பெற்றாக வேண்டும், என்ற ஆர்வம், நோயையும் பொருட்படுத்தாமல், உழைக்கச்செய்தது. இவன் 'தாங்குவானா' இவ்வளவு கடுமையான உழைப்பை என்று தாயார் கவலைப் படுவார்கள் - ரிஷ்லுவோ, கனி பறிக்கச் செல்பவன் மரத்தின்மீது ஏறிவிட்டால், கால்கடுக்குமே என்றா எண்ணுவது, இடையில் கிடைக்கும் செங்காய் கொண்டா திருப்தி அடைவது? மேலே மேலே ஏறத்தான் வேண்டும். கனி கரத்தில்படும் வரையில், என்ற முறையிலே உழைத்து வந்தான்.

இலக்கியம் தீட்டுவான் என்று எதிர்பார்த்தவர்களை ஏமாற்றிவிட்டு, இராணுவக் கல்லூரி சென்றான். தளபதியாவான் என்று எதிர்பார்த்தனர். ஆனால், ரிஷ்லுவோ சாமியார் ஆனான்!

பகுதி: 2

ரிஷ்லு குடும்பத்துக்கு, மூன்றாம் ஹென்ரி எனும் பிரெஞ்சு மன்னன், லூகான் நகர தேவாலயத்தை இனாம் தந்திருந்தான். பிரெஞ்சு நாட்டிலே, மன்னர்கள் இப்படி 'குரு பீடங்களை', 'தேவாலயங்களை', 'பூஜா மடங்களை' தமது இஷ்டம்போல் இனாம் தருவது வாடிக்கை.

இன்றுமுதல், இராமேஸ்வரம் தேவஸ்தான அதிபராக இராமாச்சாரியார் நியமிக்கப்பட்டிருக்கிறார். அவரும் அவரது பின் சந்ததியாரும் ராமேஸ்வரம் தேவஸ்தான அதிபராக இருந்து, அதனால் கிடைக்கும் வருமானத்தை அடைந்து கொள்வர் - என்று ஒரு சர்க்கார் உத்தரவு இப்போது கிடையாது, இயலாது, ஜனநாயகம் அனுமதி அளிக்காது புரட்சிக்கு முன்பு பிரான்சிலே இது சர்வசாதாரணமான முறை. மன்னர்கள் தங்களுக்கு வேண்டியவர்களுக்கு, நிலபுலன்களை, மாட மாளிகைகளை, பதவி பவிசுகளை, தானாமாகத் தருவதுபோலவே, குருபீடங்களையும் தேவாலயங்களையும் தருவர்! அதுமுதல் அந்த ஆலய வருமானத்தை அந்தக் குடும்பத்தார் அனுபவித்துக் கொள்வார்கள். அவர்களாகப் பார்த்து ஆலய காரியங்களைக் கவனிக்க சம்பளத்துக்குப் பூஜாரியை நியமிப்பர். இந்த அலங்கோலமான முறை அமுலில் இருந்த காலம் அது. லூகான் நகர தேவாலயத்துக்கு அந்த நகர மக்கள் செலுத்தும் காணிக்கை, அந்த நகர மக்கள் மதச்சடங்குகளுக்காகச் செலுத்தும் 'தட்சணை' யாவும், ரிஷ்லு குடும்பத்தாருக்குச் சொந்தம். மதச் சடங்குகளை நடத்தி வைக்கவும், ஆலயத்தில் தொழுகை பஜனை இவற்றை நடாத்தவும், ஓர் 'அர்ச்சகர்' வேலைக்கு அமர்த்தப்பட்டார். அவருக்குத் தந்த சம்பளம் போக, மீதமிருக்கும் தொகையைக் குடும்பம் எடுத்துக் கொண்டது.

லூகான் நகர தேவாலயம், அதிக வருமானம் தருவதல்ல - ஏழைகள் நிரம்பிய சிற்றூர். எனவே, சம்பளத்துக்கு அர்ச்சகரை வைப்பதைவிட, ரிஷ்லுவே, அந்த ‘வேலை’யைப் பார்த்துக் கொண்டால் இலாபகரமாக இருக்கும் என்ற எண்ணம் பிறந்தது. சாமான்யக் குடும்பம் தானே.

ரிஷ்லு அப்போதுதான் இராணுவக் கல்லூரியில் திறம்படப் பயிற்சி பெற்று வந்தான். அவன் நிலையிலிருந்த எந்த வாலிபனும் இராணுவ உடை தரித்துக்கொண்டு, குதிரை மீது சவாரி செய்துகொண்டு, உல்லாசமாக வாழலாம் போர் மூண்டால், களத்திலே, திறம்காட்டி, வீரத்தை விளக்கி, விருது பெறலாம், தளபதியாகலாம் என்றுதானே எண்ணுவான். காவி அணிந்து கமண்டலம் ஏந்தி, பாவிகளை இரட்சிக்கும்படி பரமனிடம் ‘பூஜை’ செய்யும் பண்டார வேலைக்குப் போக மனம் ஒப்புவானா? ரிஷ்லு சம்மதித்தான்! வாள் ஏந்திய கரத்தை, ஜெபமாலை ஏந்தும் கரமாக்கிக் கொள்ள இசைந்தான். வலப்புறம், இடப்புறம் எதிர்ப்புறம் என்று குதிரையைச் செலுத்தி, போர்முறை பயின்று வந்தவன், அந்திவேளைப் பூஜை, அதிகாலைப் பூஜை அருள் கூறல், பிரசாதம் வழங்கல்; ஆறுதலளித்தல், குற்றம் கடிதல் என்பன போன்ற காரியங்களில் ஈடுபட இசைந்தான். காரணம் என்ன? எந்தக் காரியம் செய்தாலும், திறமையை விளக்கச் சந்தர்ப்பம் கிடைக்குமல்லவா, அதுதான் தேவை, ரிஷ்லுவுக்கு, அவ்வளவு தன்னம்பிக்கை! தளபதியாவதற்கான துறையை விட்டுவிட்டு, ‘சாமியார்’ வேலையை மேற்கொண்ட ரிஷ்லு, லூகான் தேவாலய நிர்வாகக் காரியத்தை ஒழுங்குபடுத்துவதிலே மும்முரமாக ஈடுபட்டான். அருள்பெறும் திருமுறையை மக்களுக்கு அறிந்துரைக்கும் பணியான ‘பூஜாரி’ வேலையை மேற்கொண்டபோது, ரிஷ்லுவுக்கு வயது பதினேழு!

லூகான் நகருக்கு வந்து வேலையை ஒப்புக் கொள்வதற்கு முன்பு, ரிஷ்லு, தன் புதிய தொழிலுக்குத் தேவையான

திறமையைப் பெற, பாரிஸ் சென்று மார்க்க சம்பந்தமான படிப்புக்காக இரண்டாண்டுகள் செலவிட்டான். எவ்வளவோ பேர், பூஜாரிகளாக உள்ளனர். கிடைக்கும் வருமானத்தோடு திருப்தி அடைந்து, கிராமத்துக் கொல்லனும், உழவனும், ஜெபமாலை உருட்டும் கிழவியும், பாவமன்னிப்புக் கோரும் முதியவனும் தரும் பாராட்டுதலைக் கேட்டுக் களித்து, இதுபோதும் தமக்கு என்று. ரிஷ்லு, அப்படியல்ல! லூகான் தேவாலய அதிபர் யாராலும் பாராட்டப்பட வேண்டியவராக வேண்டும். மற்றத் தேவாலய அதிபர்களெல்லாம் இரண்டோர் ஏடுகளை மனப்பாடம் செய்து கொண்டவர்கள், ஆழ்ந்த ஆராய்ச்சி, அறிவுத் தெளிவுள்ள விளக்க உரை தரும் ஆற்றல் இல்லாதவர்கள். லூகான் நகர தேவாலய அதிபராக, அரும்பு மீசை வாலிபன் ஒருவன் அமர்ந்திருக்கிறான், அவனுடைய அறிவே அறிவு, அவன் அளிக்கும் உபதேசமே உபதேசம் என்று அனைவரும் புகழ்ந்து பேசவேண்டும்; மக்களின் கவனத்தைக் கவரவேண்டும். அந்தப் புகழொளி, பாரிஸ் நகரில் தெரிய வேண்டும்; அழைப்பு அங்கிருந்து கிடைக்கவேண்டும் - இது ரிஷ்லுவின் எண்ணம். கிடைக்கும் வாய்ப்பை, பெரியதோர் நிலைபெற உபயோகிக்க வேண்டும் என்ற நோக்கம். எனவேதான், பரம்பரை பாத்யத்தையாகக் கிடைத்த பூஜாரி வேலை என்றாலும், மதவாதிகள் உலகு மதிக்கும் விதமான அறிவாற்றல் பெற்று, அந்த வேலையில் ஈடுபடவேண்டும் என்று ரிஷ்லு திட்டமிட்டான். இரண்டாண்டுகள் கடுமையாக உழைத்து, மத ஏடுகளில் பெரும்புலமை பெற்றான்.

உண்மையிலேயே மார்க்கத் துறையிலே நம்பிக்கையும் அக்கறையும் பிறந்து, எந்தச் சந்தேகத்தையும் பஞ்சு பஞ்சாக்க வல்ல ஆதாரங்களை ஆய்ந்தறிந்து கொள்ளவேண்டும், மெய்ஞ் ஞானத்தின் தன்மையை உணரவேண்டும், சித்தமிசை குடிகொண்ட அறிவான தெய்வத்தை, தேஜோமாயானந்தத்தை அறிந்து மகிழவேண்டும். பாவப் பிணி அகலும், பற்றும் பாசமும் மாய்ந்தொழியும், அருள்கிட்டும், பரலோகத்தில் சீரியதோர் நிலை கிடைக்கும்

என்பதற்காக, இரவு பகலாக, ஆண்டுக்கணக்கில், மத ஏடுகளைக் கற்றும், விதவிதமான 'ஞானசிரியர்களை' அடுத்தும், பக்குவம் பெறுவர் - சிலர் - பலர் முயல்வர். ரிஷ்லுவின் நோக்கம் அவ்விதமானதல்ல. உலகத்தின் மாய்கையை, வாழ்க்கையின் நிலையாமையை, உணர அல்ல. ஏடுகளைப் படித்தது; அவைபற்றி, கேட்போர் மெச்சும்விதமாக எடுத்துரைக்க! அதன் மூலம் தன் புகழ் பரப்ப! புகழொளியைத் துணைகொண்டு, உயரியதோர் பதவி பெற, பாரிசில் அரசோச்சும் குழுவிலே அமர, அரசாள!

லூகான் நகர தேவாலய அதிபராகி, அதிலேயே மூழ்கிவிட விரும்பவில்லை. இது ஒரு கட்டம் - முக்கியமானது - கூர்ந்த மதியுடன் இதனைப் பயன்படுத்திக் கொள்ள வேண்டும், வேறு பல கட்டங்களை உருவாக்கிக் கொள்ளவேண்டும் என்பது ரிஷ்லுவின் திட்டம். யாரும் எதிர் பார்த்திருக்கமாட்டார்கள். அநேகருக்குத் தோன்றவே செய்யாது. ஆனால் ரிஷ்லு எல்லோரையும்போல அல்ல. அவன் மனத்திலே உறங்கிக் கொண்டல்ல, உலவியபடி இருந்த ஆசைகள் அநேகம். எல்லா ஆசைகளும் ஆதிக்கம் பெறவேண்டும், ஈடில்லை எதிர்ப்பில்லை என்ற நிலை பெறவேண்டும் என்பதுதான். வாளின் கூர்மையைப் பாராட்டும் வீரன், களத்திலே வெற்றியும் கீர்த்தியும் பெறுவதற்கு வாளைத் துணையாகக் கொள்வான் - மற்றவாள்களுடைய கூர்மையைவிட என் வாளின் கூர்மை நேர்த்தியானது என்று பேசிக்கொண்டா காலங் கடத்துவான்!

பாரிசில், மத ஏடுகளைக் கற்று, ரிஷ்லு, பல பரிட்சைகளில் தேறினான். திருப்தியில்லை. ரோமபுரி சென்று போப்பாண்டவரைக் கண்டுவர ஆவல்கொண்டான்.

கத்தோலிக்க உலகுக்கு போப்பாண்டவர் கண்கண்ட கடவுள்! அரசுகள்! போப்பாண்டவரின் ஆசிபெறத் தவங்கிடந்தன. பிராடெஸ்ட்டென்ட் புயல் வீசி, ஆதிக்கம் ஓர் அளவுக்கு

அழிந்துபட்டது என்றபோதிலும், ரிஷ்லுவின் நாட்களிலே போப்பாண்டவருக்கு, பிரான்சிலேயும், கத்தோலிக்க மார்க்கத்தைக் கொண்டிருந்த வேறுபல ஐரோப்பிய நாடுகளிலேயும், அளவற்ற செல்வாக்கு. பக்திமிக்க கத்தோலிக்கர், போப்பின் தரிசனம், பாப விமோசனம் என்று எண்ணுவர் - பரமண்டலத்

திலே பிதா முன்னிலையிலே செல்வது போன்ற புனிதத்தன்மை நிரம்பியதாகவே போப்பாண்டவரைத் தரிசிப்பதைக் கருதுவர்.

ரிஷ்லு, போப்பாண்டவரைக் காண விரும்பியது, இந்த நோக்குடன் அல்ல! இதோ ஒரு புதிய நட்சத்திரம், இதன் ஒளியின் அழகுதனைக் காணீர்! என்று போப்புக்கு எடுத்துக் காட்டவே, ரிஷ்லு ரோம் சென்றான். அங்குப் புகழ் பெறவேண்டும் என்பது நோக்கம். அதற்கோர் வாய்ப்பும் கிடைத்தது. தேவாலய அதிபர் பதவிக்கு ஏற்ற வயது இல்லை. ரிஷ்லுவுக்கு. எனவே, போப்பாண்டவரிடம் மனு செய்துகொண்டு, அவர் ஆசியும் அனுமதியும் பெற்ற, வயதில் சிறியவனாயினும் வல்லமைமிக்கோன், எனவே இவன் ஆலய அதிபனாகலாம் என்று அவர் கூறவேண்டும் - இதனைச் சாதிக்க, சிபாரிசு தேவை இல்லை; நானே செல்வேன். மார்க்க சம்பந்தமான துறையிலே எனக்குள்ள புலமையையும் திறமையையும் அவரே காணட்டும். அனுமதி எளிதில் அளிப்பார், என்று கூறிவிட்டு ரிஷ்லு ரோம் சென்றான் - அனுமதியும் பெற்றான்.

ஐந்தாம்பால் என்பவர் அப்போது போப்பாண்டவர். அவர் அவையிலே, மார்க்கத்துறைத் தலைவர்களும் அரசியல் துறைத் தலைவர்களும் நிரம்பி இருந்தனர். ரிஷ்லு, அந்த அவையினர் மகிழத்தக்க மதி நுட்பத்தைக் காட்டி வெற்றிபெற்றார். ஒரேமுறை, ஓர் உபதேசியார் அருளிய உபதேசத்தைக் கேட்ட ரிஷ்லு, உடனே அப்படியே அதை, தவறு துளியுமின்றி ஒப்புவித்தாராம் - அதிசயமடைந்த

போப்பாண்டவர் ரிஷ்லுவை அழைத்து, ஒப்புவிக்கச் சொல்லிக் கேட்டு இன்புற்றாராம். அதேபோது ரிஷ்லு, உபதேசம் எப்பொருள்பற்றியதோ அதே பொருள் குறித்துத் தானே புதியதோர் உபதேசம் தயாரித்துச் சொற்பொழி வாற்றினாராம்; போப் மிகவும் பாராட்டினாராம்.

“ஆசாமி பெரிய எத்தனாவான்” - என்ற பொருள்பட போப் ரிஷ்லுவைப் பற்றிக் கூறினாராம்.

போப்பாண்டவரிடம், ரிஷ்லு, தன் உண்மை வயதை மறைத்துத் தவறான சீட்டுக் காட்டி ஏய்த்தார் என்றும் வதந்தி உண்டு. ரிஷ்லுவுக்கு இது தெரியாத வித்தையல்ல!

ரோம் நகரிலே புகழ் ஈட்டிக் கொண்டு பதவிக்கான அனுமதியும் பெற்றுக்கொண்டு, ரிஷ்லு, பாரிஸ் திரும்பினார்.

ரோம், மார்க்கத்துறைக்குத் தலைநகரம்!

பாரிஸ், அரசியல் உலகுக்குத் தலைநகரம்!

முன்னதில் ஜெபமாலை ஏந்திய கரத்தினர், வாளேந்திய மன்னரைச் சீடர்களாகக் கொள்ளும் முறைபற்றிய விளக்கம் கிடைத்தது. ரிஷ்லுவுக்கு.

பாரிசில், அரசோச்சும் அதிபர்கள், ஜெபமாலையையும் தமது சுயநலத்துக்காக எப்படிப் பயன்படுத்துகின்றனர், என்ற தெளிவு கிடைத்தது.

பாரிசில், அரசியல் சம்பவங்கள் மின்னல் வேகத்தில்! ரிஷ்லு, அவற்றை எல்லாம் கூர்ந்து கவனித்தார்.

லூகான் நகர தேவாலய அதிபர் - போப்பாண்டவரின் ஆசியும் பெற்றவர் - இவருக்கு எதற்காகப் பாரிஸ் பட்டணத்துப் பகட்டுடைக்காரர்களின் அரசியல் நடவடிக்கைகளைப் பற்றிய அக்கறை என்று எண்ணுவீர்கள் - உடைமட்டும்தானே காவி! உள்ளமோ அரசியலில் ஆதிக்கம் பெறவேண்டும் என்பதல்லவா!

"ஓடுமீன் ஓட உறுமீன் வருமளவும் வாடி இருக்குமாம் கொக்கு" - இது ஏமாளிக் கொக்கு அல்ல. உறுமீன் வருமளவும் ஓடுமீன் உண்டு, காத்துக் கொண்டிருந்தது!

லூகான் நகர தேவாலயம் ஆண்டுக்கு 13,000 லிவர்ஸ் (பிரான்சு பவுண்டு) வருமானமே உடையது. இந்த அற்பத் தொகைக்காக அல்ல, ரிஷ்லு ஆசைப்பட்டது! அவன் மனத்திலே உதவிய எண்ணத்தில் முன்பு, இந்தத் தொகை வெறும் தூசு. பலருடைய கவனத்தைக் கவருவதற்கு இந்த இடம் ஒரு வாய்ப்பாக இருக்கட்டுமே என்பதற்காகவே, லூகான் தேவாலயம் வேலையை ஏற்றுக்கொண்டான்.

பழைய கட்டடம் - படாடோபம் கிடையாது - அதிகமான பணப் புழக்கம் இல்லை - தங்க வெள்ளி தட்டுகள் இல்லை - பட்டு விரிப்புகள் கிடையாது - சாமான்யமான நிலை, லூகான் நகர தேவாலயம். இதிலே உலவியபோது ரிஷ்லுவின் உள்ளம், அடைபட்டுக் கிடந்த சிங்கம் போன்றிருந்தது. கூண்டுக்குள் உலவிடும்போதும், சிங்கத்தின் நடையிலே ஒரு கம்பீரம் இருப்பதுபோல, இந்தச் சாமான்யமான தேவாலய அதிபர் எனும் சிறையிலும், ரிஷ்லு, தன் திறம் பிறர்க்கு விளங்கும் வகையிலே நடந்து கொண்டான்.

"என் வீடு சிறை போன்றது! பூந்தோட்டம் இல்லை - உலவும் இடம் கிடையாது - எங்கும் புகை மயம் - வெள்ளித் தட்டுகள்

இருந்தாலாவது பரவாயில்லை, கிடையாது...” என்று ரிஷ்லு, குறைபட்டு, நண்பருக்குக் கடிதம் எழுதினான்.

அதே ரிஷ்லு, கார்டினல் ரிஷ்லுவாகி, பிரான்சை ஆட்டிப் படைக்கும் அதிகாரம் பெற்ற பிறகு, புதிதாகக் கட்டிய ‘கார்டினல் மாளிகை’க்கு, நிலத்தைப் பண்படுத்தவும், மாடிகள் அமைக்கவும் மட்டும் 3,36,000 லிவர்ஸ் செலவிட்டான். கட்டடச் செலவு 4,10,000! அலங்கார அமைப்புகள், நீர் ஊற்றுகள், பூச்செடிக்கான தொட்டிகள் இவற்றுக்காக மட்டும், 60,000!

உலவ இடமில்லை என்று வாட்டம் - பிறகு, உலவ நேரமில்லை என்ற வருத்தம். மன்னன் கண்டு அதிசயிக்கத்தக்கதும், பிரபுக்கள் கண்டு பொறாமைப்படத்தக்கதுமான மாளிகை இரண்டு அமைத்திட முடிந்தது. புகை கப்பிக்கொண்டு, ஓதம் நிறைந்து, சோகமூட்டும் நிலையிலிருந்து தேவாலய அதிபராக வாழ்க்கையைத் துவக்கிய இந்தக் காரியவாதியால்!

பகுதி: 3

ரோம் நகரில் மார்க்கத் துறையினரின் மந்திராலோசனை களைக் கண்டும் கேட்டும் பழகிய ரிஷ்லு, பாரிஸ் பட்டினத்துப் படாடோபத்தைக் கண்டு பழகிய ரிஷ்லு, சேறும்சகதியும், நிரம்பிய லூகான் நகரின் தோற்றத்தையும் அங்கு உலவிய மக்களின் எளிய வாழ்க்கையையும் கண்டு, எப்படி மன அமைதி கெடாமலிருக்கமுடியும்! பாரிசின் பகட்டு எங்கே, இந்தப் பட்டிக்காட்டிலே கிடக்கும் சோர்வு எங்கே! வெறுப்பும் சலிப்பும், எவருக்கும் தோன்றும். ரிஷ்லு, அதற்கு இடம் தரவில்லை. அழைப்புக் கிடைக்கு மட்டும் இந்த எளிய நிலை! இந்த எளிய நிலையிலும், உயரிய முறையைக் காட்டியாகவேண்டும் என்று எண்ணினான். அழைப்பு வந்தது! அரசாண்டு வந்த அம்மையிடமிருந்து அல்ல! அம்மையை 'ரசித்து' வந்த இத்தாலியனிடமிருந்துமல்ல! அரசியல் நிலைமை, அழைப்பு விடுத்தது! பிரான்சு, தன் பேரவையை, முப்பெரு மன்றத்தைக் கூட்டிட முனைந்தது. பெரியதோர் மேகம் அரசியல் வானில்! ரிஷ்லு, தன் சமயம் பிறந்தது என மகிழ்ந்தான்.

பிரபுக்கள் - அருளாளர்கள் - மக்கள் சமுதாயம், இப்படி முப்பெரும் பிரிவு கொண்டதாகக் கருதப்பட்டது, பிரான்சு அரசியல் அமைப்பில். பிரபுக்களின் பிரதிநிதிகள். மார்க்க அதிபர்களின் பிரதிநிதிகள், மக்களின் பிரதிநிதிகள், எனும் முப்பெரும் பிரிவும் ஒருசேரக் கொண்டபேரவை, பிரான்சு நாட்டு அரசியல் நெருக்கடிகளின்போது, கூட்டப்படும். கரத்திலே வலிவும், கருத்திலே முறுக்கும் இருக்குமட்டும்,பேரவை பற்றிச் சட்டை செய்வதில்லை, மன்னன் - மமதை ஒன்றே போதும்; அதை ஊட்டச் சில செருக்கு மிக்க பிரபுக்கள் போதும், எதிர்ப்பை ஒழிக்க சிறுபடை போதும் என்று இருப்பான் - குழப்பம் நாட்டிலும் மனத்திலும் மூண்டுவிட்ட சமயத்தில், என்ன செய்வது என்று

திகில் பிறக்கும்போதுதான் மக்களின் குரல் செவியில் சிறிதளவு விழும்; மக்களோ, “பேரவை கூடட்டும்” என்று தான் முழக்கமிடுவர்.

எல்லா உரிமைகளையும் வழங்கவும் பாதுகாக்கவும் நாட்டின் பொது நிலையைப் பாதுகாக்கவும், ஆற்றல் கொண்டது பேரவை, என்ற எண்ணம் பிரான்சு மக்களுக்கு. அவர்கள் எண்ணியபடியே, இந்தப் பேரவை கூடி, எடுத்த முடிவுகளின்படிதான், ‘பதினாலாம் லூயி மன்னன் காலத்திலே மாபெரும் புரட்சி வெற்றிகரமாகக்கப்பட்டது. அது, மன்னனின் தலையைக் கொய்த பேரவை! இது அலங்காரப் பேரவை! இந்தப் பேரவையும் கூட்டவேண்டி நேரிட்டதற்குக் காரணம், அரசாண்டு வந்த மேரி அம்மைக்கும், அரச குடும்பத்துடன் நெருங்கிய உறவு கொண்ட பிரபுக்கள் சிலருக்கும் மூண்ட பகை, பெரு நெருப்பாகிப் பிரான்சைப் பொசுக்கிவிடுமோ என்ற கிலி பிறந்ததால் தான்!

பிரான்சு நாட்டுப் பிரபுக்கள் - உலகத்துக்கே ஜனநாயகத்தை வழங்கிய வள்ளல்கள்!

இந்தப் பிரபுக்களின் அட்டகாசமும் ஜம்பமும் குரூரமும் மடைமையும் கொலைத் தொழிலும் சதிச்செயலும், ஏழையரை இம்சித்ததும் எளியோரை அழித்ததும், பருகிய மதுவும், பதம்பார்த்த கன்னியரின் கற்பும், இவர்களின் கோலாகலம், கிளம்பிய வெறுப்புணர்ச்சியுந்தான். பிரான்சிலே மட்டுமல்ல, ஐரோப்பா முழுவதும், உலகிலேயே என்றும் கூறலாம், மக்களை நிமிர்ந்து நின்று ஏன் என்று கேட்டு, உள்ள உயிர் ஒன்றுதான் அது பிரிவதும் ஒரு முறைதான், சாகுமுன் உன்னைச் சாய்த்திடப் போரிட்டே தீருவேன், என்று வீர முழக்கமிட்டுப் புரட்சி நடாத்தி, மக்களாட்சியை ஏற்படுத்த உதவிற்று! இந்தப் பிரபுக்கள், தர்மம், தயை, தாட்சண்யம், அறிவு, ஆற்றல், அன்பும், நன்றி,

எனும் பண்புகளுடன் நல்வழி நடந்திருந்தால், மக்களாட்சி மலர்வது மூன்று நான்கு நூற்றாண்டுகளாவது தாமதப்பட்டிருக்கும். காட்டிலிருக்கும் புலி, ஊருக்குள் நுழைந்து, ஆடுமாடுகளைக் கொன்று, மேலும் கொல்ல ஊர்க்கோடிக் கொல்லையிலே பதுங்கிக் கொள்ளும்போதுதானே ஊரார் திரண்டு சென்று, உயிருக்குத் துணிந்து நின்று, புலியைக் கொன்றுபோடுவர். பிரான்சின் பிரபுக்கள், புலிகளாயினர் - குகைக்குள்ளேயும் இல்லை - எதிர்ப்பட்ட ஏழைகளின் இரத்தத்தை உறிஞ்சினர் - எனவேதான், மக்களாட்சி மலர முடிந்தது. ஆட்சி என்பது அனைவருக்கும் பொதுவான உரிமைதானே. நாடு என்பது அனைவருக்கும் பொதுதானே, நாட்டு வளம் பெருகுவதும், எதிரிகளிடமிருந்து நாடு காப்பாற்றப்படுவதும், எல்லா மக்களின் ஒன்றுபட்ட திறமையாலும் உழைப்பாலும் தானே, எனவே மக்கள் அனைவருக்கும்தானே அரசியல் அதிகாரம் பகிர்ந்தளிக்கப்படவேண்டும். என்ற தத்துவப் பேச்சு மட்டுமல்ல. மக்களாட்சியை மலரச் செய்தது! பிரபுக்களின் அக்கிரமம், புரட்சியை மூட்டிற்று, புரட்சித் தீயிலிருந்து, மக்களாட்சி மலர்ந்தது! அந்த முறையின்படி, பிரான்சின் பிரபுக்கள், உலகுக்கு ஜனநாயகத்தை வழங்கியவர்களாவர்.

1,40,000 பிரபுக்கள் இருந்தனர். பிரான்சில்! எல்லோரும் செல்வச் சீமான்களல்ல, பலர் ஆடி அழிந்ததால் கடன்பட்டுச் சொத்தை இழந்துவிட்டு, விருது மட்டும் வைத்துக்கொண்டு வெட்டிகளாகத் திரிந்தனர். இருபது முப்பது குடும்பம், செல்வமும் செல்வாக்கும் நிரம்பப் பெற்று, அரசு செலுத்துப வரும் அச்சம் கொள்ளத்தக்க ஆர்ப்பரிப்புடன் இருந்து வந்தது. அவர்களுக்குத் தனிக் கோட்டைகள், கொடி மரங்கள், படைகள், பாசறைகள் - ஒருவருக்கொருவர் போரிட்டுக் கொள்வர். அரசனால் தடுக்க முடியாது, அரசனையே எதிர்ப்பர், அரசன் அவர்களை அடியோடு அழிக்கமுடியாது. அவர்களுக்குத் தனி விசாரணை மன்றங்கள்! தனிச் சட்ட திட்டங்கள்! அரசுக்குள் ஓர் அரசு! பாரிசில் ஒரு பட்டத்தரசன் என்றால், பிரான்சிலே பகுதிக்குப் பகுதி,

பட்டத்தரசர்களைவிடக் கொட்டமடித்துக் கொண்டு பிரபுக்கள் கோலோச்சி வந்தனர், வரி செலுத்த மாட்டார்கள், அரசனுக்கு. தமது 'பிரஜைகளிடம்' வரி வசூலிப் பார்கள் கண்டிப்புடன், மன்னன், சலுகைகள் காட்டுகிற வரையில் சல்லாபம் செய்வர், சலுகை குறைந்தால், சதியோ, சமரோ கிளம்பும்! அரச விருந்துகளிலே முதலிடம்! கேளிக்கைக் கூடங் களுக்கு அழைப்பு! உல்லாசப் பயணத்துக்கு வருவர்! நாட்டுக்குப் பேராபத்து எனில், வரிந்து கட்டிக்கொண்டு எதிரியைத் தாக்குவரோ இஷ்டமிருந்தால்! எதற்கும் கட்டுப்பட மாட்டார்கள் ஒரு சில கண்வெட்டுக்காரிகளுக்கு மட்டுமே கட்டப் படுவர்! உட்பகை நெளியும்? ஒரு மாளிகை பற்றி மற்றோர் மாளிகையிலே வம்புப் பேச்சுத் தாராளமாக நடைபெறும் அவள், எனக்கா, உனக்கா? என்று அமளி கிளம்பும், சிறை எடுத்தல், சிரம் அறுத்தல். இவை அன்றாட நடவடிக்கைகள். "என் பரம்பரையை இழிவாகப் பேசினாயா? நாளை காலை 8 மணிக்கு, வாட்போர் தயார் - திராட்சைத் தோட்டத்தருகே - 8 மணி" என்று அறைகூவல் கிளம்பும், இரு பிரபுக்கள் வாட்போரிடுவர், ஒரு தலை உருளும், மற்றொரு மண்டை கனம் கொள்ளும்! பிரபுக்களின் பொதுநிலை இது. ஒரு சில பிரபுக்கள், அரசியல் அதிகாரம் தேடுவர் - திறமை இருப்பதால் அல்ல ஆசை பிறப்பதால்! கிடைக்காவிட்டால், கலகம், குழப்பம்!! இப்படிப் பட்ட பிரபுக்களிடையே, மேரி சிக்கிக் கொள்ள நேரிட்டது.

இத்தாலி நாட்டு கான்சினியும் மேரியும் அவரின் ஆதரவாளர்களும் ஒருபுறம்.

காண்டி எனும் பிரபுவும் அவனை ஆதரிக்கும் சீமான்களும் மற்றோர்புறம்.

காண்டி சீமானுக்கு, எவ்வளவு சலுகை காட்டினாலும் திருப்தி கிடையாது - கான்சினி தொலையவேண்டும். மேரி அம்மைக்குத் துணைபுரியும் வாய்ப்பு தனக்கே அளிக்கப்

படவேண்டும், என்பது காண்டியின் கட்டளை! மரியாதைக்காக, வேண்டுகோள் என்றனர், காண்டி, கட்டளை தான் பிறப்பித்தான்.

குழப்பம் வலுத்தது - எனவே பேரவை கூட்டப்பட்டது.

பேரவை கூடுவது பெரிய திருவிழாவாயிற்று. எல்லாச் சிக்கல்களும் தொல்லைகளும் தீர்ந்துவிடும் என்பது, பாமரமக்களின் எண்ணம். எனவே அவர்கள் பேரவை கூடுவதை வரவேற்றனர்! மதத்துறையினருக்கும் மகிழ்ச்சி, தமது உரிமைகளை வலியுறுத்தவும் தமது ஆலோசனைகளை அரசினர் கேட்பதுதான் அறமுறை என்று எடுத்துரைக்கவும் வாய்ப்பு, என்ற எண்ணத்தால். பிரபுக்களுக்குப் பூரிப்பு, தமது அந்தஸ்தையும் அதிகாரத்தையும் அரசாளும் அம்மை அறிய இது பொன்னான வாய்ப்பு என்று மக்கள் மன்றத்தினருக்கும் நம்பிக்கை, தங்கள் நலன் பற்றி நல்லவர்களெல்லாம் கூடிக் கலந்துபேசி, திட்டம் தீட்டுவர் என்று. ரிஷ்லுவுக்கு மட்டற்ற மகிழ்ச்சி, நுழைய இடம் கிடைத்தது என்று. பேரவைக்கு மதத்துறைப் பிரதிநிதியாகச் சென்று தன் திறமையைப் பிரான்சு உணரும் வண்ணம் நடந்து கொள்வது என்று தீர்மானித்தான். தான் வசித்துவந்த வட்டாரத்திற்கு, மத அலுவலர்களின் பிரதிநிதியாக, ரிஷ்லு தேர்ந்தெடுக்கப்பட்டான்! தேர்ந்தெடுக்கும் படி ரிஷ்லு நிலைமையைச் சிரமப்பட்டு உண்டாக்கி, வெற்றி பெற்றான். அழைப்புக் கிடைத்து விட்டது. அழைப்பு, தயாரித்துக் கொண்டான்! பாரிஸ் புகலானான்!

ஊர் மக்கள் இரு மருங்கும் திரண்டு நின்றனர். காட்சியைக் காண, போர் வீரர்கள் அணிவகுத்து நின்றனர் - பாதுகாப்புக்கும் பகட்டுத் துலங்கவும். பேரவை ஊர்வலம் அழகுறக் கிளம்பிற்று. முப்பெரும் பிரிவினரும் கலந்து கொண்டனர்.

அன்பை அடிப்படையாகக் கொண்டல்லவா அரசாள வேண்டும்? அந்த அன்பு சுரக்கவேண்டும், ஆட்சிப் பொறுப்பில் உள்ளவர்களுக்கும், ஆட்சிமுறை வகுப்பவர்களுக்கும், இதற்காக ஒரு விசித்திரமான ஏற்பாடு!

குருடன், காலிழந்தோன், முடமானோன், தொழுநோயாளன், பஞ்சைப் பராரி ஆகியவர்கள், முதலில் ஊர்வலம் சென்றனர். கந்தலணிந்த அந்தக் கதியற்றவரின் நிலையைக் கண்டதும் கண்களிலும் நீர் சுரக்கும், கருணையும் மனத்தில் பிறக்கும், என்று இந்த ஏற்பாடாம்! இது நெடுங்கால வழக்கமுங்கூட!

இந்தத் 'தரித்திரர்' ஊர்வலம் முதலில் - பிறகு, பேரவை கிளம்பிற்று, தேவாலயத்திலே பூஜையை முடித்துக் கொண்டு!

கரங்களில் மெழுகுவர்த்தி விளக்குகளுடன், மக்கள் மன்ற உறுப்பினர்கள்!

இடையில் வாளும், மேலே பட்டுப் பட்டாடையும் கண்களில் செருக்கும் மிகுந்திட, பிரபுக்களின் உறுப்பினர்கள்.

விதவிதமான ஆடைகளும் அங்கிகளும் அணிந்து, மத அலுவலரின் பிரதிநிதிகள்.

மன்னன், தாயும் பரிவாரமும் புடைசூழ!

1614ஆம் ஆண்டு அக்டோபர் திங்கள் 26ஆம் நாள் காலை! இந்த நாள் முழுவதும், ஊர்வலமே, பெரிய நிகழ்ச்சியாக இருந்தது. ஊர் மக்களின் உள்ளத்தில் பல புதிய நம்பிக்கை - மகிழ்ச்சி.

மறுநாள், 'போர்போன்' மாளிகையில், பேரவை கூடிற்று.

அலங்கார மேடைமீது, சிங்காதனம் - அதன் மீது வெண் பட்டாடை அணிந்து மன்னன் வீற்றிருந்தான். மேரி அம்மையும். தர்பார் பெண்களும், பரிவாரமும் மன்னருக் கருகில். மன்னன் முகத்திலே தெளிவோ, திருப்தியோ, இல்லை! இளைத்துக் களைத்து, ஏதும் புரியாத நிலையில் மன்னன் வீற்றிருந்தான்! என் செய்வான் மன்னன்! வயது பதின்மூன்று.!!

ரிஷ்லுவின் கூர்மையான கண்கள், நிலைமையைப் படம் பிடித்து விட்டன.

அறியாச் சிறுவன் அரியாசனத்தில் - அவனைக் காட்டி அரசாளும் அம்மை, ஆழ்ந்த அறிவற்றவள், ஆனால் அதிகார மோகமிக்கவள். உல்லாசத்திற்கு அரண்மனை ஏற்ற இடம் என்பதை மட்டுமே உணர்ந்த கான்சினி. அந்த இடம் தங்களுக்கு என்று கிடைக்கும் என்று ஆவலுடன் இருந்த பிரபுக்கள், கருணை பிறக்கும் கஷ்டம் தீரும் என்று நம்பிக் கிடக்கும் மக்கள் மன்றத்தினர் - இது பிரான்சு - ரிஷ்லுவுக்குப் புரிந்து விட்டது.

மன்னன், துவக்க உரையாற்றினான் - ஆர்வமற்று.

பிறகு, இடிமுழக்கம் எழும்பின, பலரிடமிருந்து.

பிரபுக்கள் சீறினர் - பாதிரிகள் பதறினர் - மக்கள் மன்றத்தினர் மன்றாடினர் - எவரும், இன்னது தேவை. இப்படி இதனை இன்னார் செய்ய வேண்டும் என்று தெளிவு பட எடுத்துக் கூறினாரில்லை. பிரபுக்களின் பேச்சிலே பதற்றம்! பூஜாரிகள் பேச்சிலே மிரட்டல்! மக்கள் குரல், தெளிவும் உறுதியும் பெறவில்லை.

முப்பெரும் பிரிவினர் ஒருவருக்கொருவர், கலந்து பேசும் நிலையிலோ ஒன்றுபட்டுத் திட்டம் தரும் திறத்திலோ இல்லை. ஒருபுறம் முரசும், மற்றோர்புறம் சங்கநாதம், இன்னோர் புறம் முழவு! ரிஷ்லுவுக்கு நம்பிக்கை பலப்பட்டது. இதுதானே பிரான்ஸ், இவர்கள்தானே இதன் நடுநாயகங்கள், ஒரு கை பார்த்துக் கொள்ளலாம் என்ற நம்பிக்கை.

மன்னனைக் கூர்ந்து நோக்கினான் - கண்களிலே அறிவு ஒளியின் குறியே காணோம். எங்கேயோ நினைப்பு! மன்னனுக்கு எந்தத் துறையிலே விருப்பம் அதிகம் என்று உசாவினான். வேட்டை ஆடுவதில் என்றனர்.

காண்டி பிரபுவுக்குச் சப்பிட்டுவிட்டது. பேரவை கூடியதும், பலரும் கான்சினியைக் கண்டித்துவிட்டு, அதிகாரப் பொறுப்பைக் காண்டிபிரபுவிடம் ஒப்படைக்க வேண்டும் என்று கூறுவர், என்று எதிர்பார்த்தான் - யாரும் அது குறித்துப் பேசவில்லை. அவரவர்களுக்கு அவரவர்களின் பிரச்சனைதான் பெரிதாகத் தென்பட்டது, பொதுப் பிரச்சனை எது என்பதும் புரியவில்லை. நிலைமையைத் தனக்குச் சாதகமாக்கிக் கொள்ளும் ஆற்றலும் காண்டி பிரபுவுக்கு இல்லை. ஓரிருவர் மேரி அம்மையின் ஆட்சிப் போக்கைக் கண்டித்தனர் - பரிகாரம் கூறவில்லை. ரிஷ்லு மேரி அம்மையைக் கண்டித்தவருக்குச் சுடச்சுடப் பதில் கொடுத்து, மேரி அம்மையின் பார்வையைப் பரிசாகப் பெற்றான்.

பொருளற்ற பேச்சுகள் ஒன்றை ஒன்று துரத்தின - பேரவை வீண் ஆரவாரமே என்பது புரியத் தொடங்கி விட்டது. நாட்கள் உருண்டோடின. திங்கள் சிலவும் சென்றன. ரிஷ்லு மத அலுவலர்களின் சார்பிலே பேச அழைக்கப்பட்டார். மேரி அம்மையின் தயவே அதற்குக் காரணம், ஜனவரி 24ஆம் நாள், ரிஷ்லு பேரவையில் ஆழ்ந்த பொருள் நிரம்பிய சொற்பொழிவு நிகழ்த்தி அனைவருடைய கவனத்தையும்

தன்பால் திருப்பிக் கொண்டான். ஒரு மணி நேரச் சொற்பொழிவு - ஒரு துளியும் மார்க்க சம்பந்தமானதல்ல - முழுவதும் அரசாளும முறைபற்றியது, ரிஷ்லு அந்தப் பேச்சின் மூலம், மேரி அம்மைக்குத் தன்னையும் தன் ஆற்றலையும், நோக்கத்தையும், திட்டத்தையும் விளக்கிக் காட்டினான்.

ஆண்டவன் அளித்த பிரசாதம், அரசாளும் உரிமை.

எனவே அரசாள்வோருக்கு அன்பும் மரியாதையும் அப்பழுக்கின்றித் தரப்பட வேண்டும்.

ஆண்டவன் சார்பிலேயே அரசாள்வோர், பணிபுரிகின்றனர். எனவே, அரசாள்வோரின் அதிகாரம், பலம், தலைசிறந்து விளங்கவேண்டும் - அதைக் குலைப்பதோ, எதிர்ப்பதோ பாபம், கேடு, நாட்டுக்கு நாசம்.

ஆண்டவன் அளித்த உரிமையைக் கொண்டு அரசாள்கின்றனர். எனவே அரசாள்வோர், ஆண்டவனுடைய அருளைப் பெற்று வழங்கும் மத அதிபர்களின் துணையை நாட்டில் பெற்று, ஆட்சி முறையைச் சிறப்படையச் செய்தல் வேண்டும்.

ரிஷ்லுவின் பேச்சிலே காணக்கிடக்கும் முக்கியமான கருத்து இது! ஆள்வோரின் உரிமை, அதிகாரம் - அதை அருளாளர்களின் துணைகொண்டு அரண்செயல் வேண்டும் என்பதுதான் தத்துவம். நான் இருக்கப் பயமேன்! என்று கேட்பதாக அமைந்தது, அந்தப் பேச்சு, பேரவையினர், முதலில் மகிழ்ந்தனர், பேச்சின் தெளிவும் நிறமும் கண்டு; பிறகோ மருண்டனர், உட்பொருள் புரிந்தவர்கள். மேரி அம்மையின் மனத்திலே, ரிஷ்லு நமக்குற்ற நண்பன் என்பது பதிந்துவிட்டது - ரிஷ்லுவுக்கு அது புரிந்து விட்டது. பேரவை பயனற்றுப் போயிற்று என்று பலர் மனம் வாடினர். குறிப்பாகப் பேரவையைக் கூட்ட பெருமுயற்சி எடுத்துக்

கொண்ட காண்டி பிரபுவுக்கு, சகிக்க முடியாத சலிப்பு. பேரவை, பெரியதோர் வெற்றி - ஆண்டு பலவாக நான் உழைத்தது வெற்றி தருகிறது. என் குரல் கேட்டுவிட்டது - மேரி அம்மையாரின் மனத்திலே என் பேச்சுப் பதிந்துவிட்டது - இனி அம்மைக்கு அரசியல் ஆபத்து நேரிட்டது என்ற உடன், எனக்குத்தான் அழைப்புவரும். இனி, என் அரசியல் நுழைவு உறுதிப்படுத்தப்பட்டுவிட்டது - என்று ரிஷ்லுவுக்குக் கூறிக் கொள்ள முடிந்தது. யாராலோ எதற்கோ கூட்டப்பட்ட பேரவை, ரிஷ்லுவுக்குத்தான் பெரிதும் பயன்பட்டது. பிரான்சும் புரிந்துவிட்டது. அதை ஆளும் முறையும் ரிஷ்லுவுக்குப் புரிந்து விட்டது.

தன் சொற்பொழிவை, ஏராளமான பிரதிகள் அச்சிட்டு வழங்கினான் ரிஷ்லு, பாராட்டினர் பலர், பூரித்தான். பயணம் சொல்லிக் கொண்டு. பாரிசை விட்டுப் புறப்பட்டு, லூகான் வந்து சேர்ந்தான் - தன் தேவாலயத்தைக் கவனிக்க!!

பேரவையால் ஆபத்து உடனடியாக ஏற்படாது எனினும் பேரவையில் கலந்து கொள்ளும் உறுப்பினர்கள் தத்தமது ஊர் திரும்பியதும், தீமூட்டிவிடுவர் - எனவே பேரவையைக் கூட்டாமலிருப்பதே நல்லது என்றுமே தேவிக்கு நண்பர் ஒருவர் கூறினார்.

அவர் எச்சரித்தது உண்மையாயிற்று. பிராசன் முழுவதிலும், கலகவாடை வீசலாயிற்று. கூடிப்பேசி காரியமேதும் ஆற்றாது கலைந்த பேரவையினர், தத்மது மனம் போன போக்கில் ஆட்சிமுறைப்றிறக் குறைகூறியும் எதிர்ப்பு மூட்டியும் வரலாயினர்.

காண்டி பிரபு நெரித்த புருவத்துடனேயே காணப்பட்டான். அவனுக்குத் தூபமிட்டுக் கொண்டும், துதிபாடிக் கொண்டும் சீமான்கள் சிலர் இருந்தனர்.

கான்சினியோ, பேரவை கூடியும் தன்னை அசைக்கவும் முடியாமற் போனதை எண்ணிப் பெருமிதமடைந்தான்.

மேரியோ பூசலும் சிக்கலும் தீராததுடன், மேலும் வளருவது கண்டு திகைத்துக் கிடக்க நேரிட்டது.

மன்னனோ, பேரவை கலைந்ததும் தொல்லை விட்டது என்று எணிணத் தனக்குப் பிரியமான வேட்டையில் ஈடுபடலானான். நாலு நாள், ஐந்து நாள் தொடர்ந்து வேட்டையாடி வருவதிலே மன்னனுக்கு விருப்பம். அந்த ஒரு பொழுது போக்கிலேதான் அவனுக்கு மட்டற்ற மகிழ்ச்சி. பல வண்ணப் பறவைகளைத் துரத்தித் துரத்திப் பிடிப்பதிலும், வேட்டையாடுவதற்கு பயிற்சி அளிக்கப்பட்ட பெரும் பறவைகளைக் கொண்டு வேறு பறவைகளை வளைத்துப் பிடித்தும், அழகான பறவைகளைக் கொண்டு வந்து அரண்மனையிலே வளர்ப்பதும் மன்னனுக்கு மகிழ்ச்சியூட்டும் விளையாட்டு. மன்னனுடைய தனி அறையே, பறவைக் காட்சிச் சாலையாக இருந்ததாம்! அங்கு முற்றத்திலும் தாழ்வாரங்களிலும், மன்னனுடைய பறவைகள் ஒன்றோடொன்று ஆடியும், கூடிப் பாடியும், வேட்டையாடியும் பொழுது போக்கும், மன்னன் இந்தக் காட்சியில் சொக்கிக் கிடப்பான்.

மாடப்புறா போன்றதோர் மங்கை நல்லாளை மணந்த பிறகும், மன்னன், பறவைகளுடன் விளையாடிப் பொழுது போக்குவதையே பெரிதும் விரும்பினான். ஆண்டு பதினைந்தே நிரம்பிய ஆன் அழகி, அரசிளங் குமரி - காதலின்பத்தைத் தரவல்ல அந்தக் காரிகை, தனிமையில் வாடுவாள், மஞ்சத்தில் சோர்ந்து சோர்ந்து படுத்துக் கிடப்பாள்; மன்னனோ, தன் நண்பனுடன், பறவைகளின் சிறகொலி கிளப்பும் இசையின் நேர்த்தி பற்றியும், வேட்டையாடும் திறம்பற்றியும் மணிக்கணக்கில் பேசிக் கொண்டிருப்பான். அந்த நண்பன், பறவைகளின் சம்பந்தமான நுண்கலை நிபுணன் - வேட்டைக் கலையில் புலமை

மிக்கவன்! ஊர் அங்ஙனம் கருதிற்றோ இல்லையோ, மன்னன் நம்பினான்; அதற்காக லைனிஸ் எனும் அந்த நண்பனிடம், மன்னன் அளவற்ற மதிப்பு வைத்திருந்தான். மன்னனுக்கு லைனிஸ் உயிர்த் தோழனானான். மன்னன் அவன் சொற்படி ஆடத் தொடங்கியது, மேரிக்கு மன எரிச்சலைத் தந்தது. இந்தப் 'பாதகன்' மகனைத் தனக்கு எதிராகக் கிளப்பிவிடுவானோ என்று அஞ்சினாள். அரண்மனை வட்டாரமோ, மேரியை ஆட்டிப் படைக்க ஒரு கான்சினி - அரசனை ஆட்டிப்படைக்க ஒரு லைனிஸ் - நல்ல நிலைமை, நல்ல அரசு முறை என்று வெறுப்புடன் பேசிக்கொண்டனர்.

கான்சினி, செருக்குமிக்கவன், லைனீஸ் சூதுக்காரன்! ஏது மறியாதவன்போல நடித்து வந்தான் - அழகிய பறவைகளுடன் பழகத் தெரியுமே தவிர, அரசியல் சூட்சமம் தெரியாது என்று எவரும் எண்ணும்படி நடந்து வந்தான். ஆனால் மெல்ல மெல்ல, மன்னனைத் தன் வலைக்குள் போட்டுக் கொண்டான். கான்சினியிடம் மன்னனுக்கு இருந்துவந்த வெறுப்பை அதிகமாக்கிவிட்டான். ஆளும் பொறுப்பை இனி இத்தாலிய கான்சினியிடமும் மேரியிடமும் விட்டுவைப்பது கூடாது, நாமே ஆட்சிப் பொறுப்பை ஏற்று நடத்தவேண்டும், நமக்கு, லைனிஸ் துணை நிற்பான் என்ற எண்ணம், மெல்ல மெல்ல மன்னன் மனத்திலே உருவெடுக்கலாயிற்று.

மன்னனுடைய திருமண ஏற்பாடு மேரியின் வெற்றிகளில் ஒன்று என்று கருதப்படுகிறது.

மேரி, மெடிசி குடும்ப முறைப்படி தன் பெண்களைத் திருமணம் செய்து கொடுப்பதிலும், மருமகளைத் தேடிக் கொள்வதிலும், திறமையைக் காட்டினாள்.

ஒரு மகள், ஸ்பெயின் நாட்டு இளவரசனை மணந்தாள்.

மற்றோர் மகள், இங்கிலாந்து நாட்டு மன்னன் மனைவியானாள்.

மூன்றாம் மகளைச் சவாய் அரச பரம்பரையில் திருமணம் முடித்தாள். ஆஸ்திரிய அரசிளங்குமரி ஆன், லூயி மன்னனுக்கு மனைவியாக வாய்த்தாள். இந்தத் திருமணக் காரியத்துக்கு, உடன் வரும்படி காண்டி பிரபுவுக்குக் கட்டளை பிறந்தது. பிரபு மறுத்துவிட்டான். அழைத்ததும் உபசாரத்துக்காக அல்ல, மறுத்ததும் அரசியல் நோக்கு அற்று அல்ல! வெளிநாடு சென்று வருவதற்குள், காண்டி, பாரிஸ் புகுந்து கலகம் விளைவித்தால் என்ன செய்வது என்ற எண்ணிய மேரி, காண்டிபிரபுவை, தன் பரிவாரத்துடன் அழைத்துச் சென்றால், பயமற்றிருக்கலாம் என்ற எண்ணத்தால், அழைப்பு அனுப்பினாள் - பிரபுவும் இந்தச் சூட்சமம் அறிந்தே உடன்வர மறுத்தான். இதனால் இரு தரப்பினருக்கும் சிறு சமர் மூண்டது - வெற்றி தோல்வியின்றி, சமர் சாய்ந்தது.

இந்நிலையில் பாரிஸ் இருந்தது வந்தது - ரிஷ்லுவின் எதிர்பார்த்த நேரம் வரவில்லை.

காண்டி பிரபுவுக்குப் பல சலுகைகள் காட்டி, மேரி, சமரசம் உண்டாக்கினாள் - பிரபுவும், அரச காரியத்தை உடனிருந்து கவனிக்க அரண்மனை சென்றான்.

மேரி அம்மையின் தயவு பெற ஒருபுறம் பலமான முயற்சி, 'கான்சினியின் ஆதரவு தேடி வேறோர்புறம் முயற்சி, இரண்டும் போதாதோவென்று, புதிதாகச் செல்வாக்குப் பெற்றுவரும் காண்டி பிரபுவிடம் ஆதரவு நாடி, ரிஷ்லு கடிதம் தீட்டினான். எவரிடமும் உள்ளன்போ, மதிப்போ, எவர் கொள்கையிலும் திட்டத்திலும் பற்றோ நம்பிக்கையோ அல்ல; யாரைப் பிடித்தால் தனக்குச் சரியான இடம் கிடைக்கும், யாரிடம் திறவுகோல் இருக்கிறது, யாருடைய

புன்சிரிப்பு, அரசியல் வாய்ப்பளிக்கக் கூடியதாக இருக்கிறது என்ற இதுவே ரிஷ்லுவின் உள்நோக்கம். எனவேதான், மேரி, கான்சினி, காண்டிஎனும் எவர் நிலை எப்போது உயர்ந்து காணப்பட்டாலும், அவர்களிடம் குழைந்து கும்பிட்டுக் குறுநகை கோரி நிற்க ரிஷ்லு முனைந்தான். சொந்தக் கௌரவம், முன்பின் நடவடிக்கைகளைக் கணக்கிடும் பண்பு, என்பதுபற்றி ரிஷ்லுவுக்குக் கவலை கிடையாது. எதைச் செய்தாலும், கோரிய இடத்தைப் பிடிக்கவேண்டும் - கணைவீசிப் பிடிக்கலாம்; வலை வீசியும் பிடிக்கலாம், மறை எதுவாகவேனும் இருக்கலாம்; பலன் கிட்டவேண்டும் என்பதுதான் ரிஷ்லுவின் எண்ணம்.

இந்தச் சந்தர்ப்பத்தில், மேரி, ரிஷ்லுவை, ராணி ஆனுடைய; தர்மாதிகாரியாக நியமித்தார்.

பகுதி: 4

பிரான்சு அரச குடும்பத்திலும், பிரபு குடும்பத்திலும் தர்மகாரியத்துக்கென்று அவரவர்களின் நிலைமைக்கு ஏற்ற அளவு தொகை ஒதுக்கித்தரப்படும் - இந்தத் தொகையைத், தக்க முறையில் பகிர்ந்தளிப்பதற்குத் 'தர்மாதிகாரி' நியமிக்கப்படுவதுண்டு.

ரிஷ்லுவுக்கு அந்தவேலை கிடைத்தது. சாதாரணமான வேலைதான் - அரசியல் அதிகாரம் கொண்டதல்ல - ஏழை எவர், எளியவர் யார், விதவையின் அழுகுதல் எங்குக் கேட்கிறது, எந்தத் தேவாலயத்தில் அலங்கார விளக்கு இல்லை என்பன போன்றவற்றை அறிந்து ராணி ஆன் வசம் உள்ள தர்ம பணத்தை, தரம் பார்த்துத் தருகிற வேலைதான்! உண்டிப் பெட்டிக்கு அதிகாரி, ஊராளும் வேலை அல்ல. ஆண்டுக்கு ஆறாயிரம் பவுன் சம்பளம்!

இது அல்ல. ரிஷ்லு எதிர்பார்த்தது, எனினும் "இதுவா என் திறமைக்கு ஏற்றது" என்று வெறுத்துத் தள்ளிவிடவில்லை. அரண்மனையில் நடமாடலாம் - அனைவரையும் கவனிக்கலாம், ராணி ஆன் மனமறியலாம். மன்னனையும் சந்திக்கலாம், அரசியல், அரசியல் சம்பவங்கள் சுழன்று கொண்டிருக்கும் இடத்தில் இருக்கலாம் - சமயம் கிடைக்கும் என்று எண்ணி, தர்மாதிகாரி வேலையை இசைந்து ஏற்றுக் கொண்டான்.

அரண்மனையிலோ, சூழ்ச்சியும் சதியும் நிழலுருவில் காணப்பட்டன. மேரியின் அச்சம் அதிகரித்து - லைனிசுக்கு மன்னன் மீதிருந்த பிடி, பலப்பட்டது. கண்ணீர் பொழிந்தாள் மேரி; அந்தக் கயவனை விட்டு விலகடா கண்மணீ! என்று கெஞ்சினாள் - நீ, கான்சினியை விரட்டு! என்று லூயி

கூறவில்லை, ஆனால் மனத்திலே அதுதான் எண்ணம். "அன்னையே! பாசம் மறையுமா! யார் என்னுடன் தோழமை கொண்டாலும், தாயின் மனம் நோக நடந்து கொள்வேனோ" என்று பேசினானே தவிர, லைனிசை விரட்டவில்லை மன்னன். மேரியின் மனம் முறியலாயிற்று.

கிடைத்த சலுகை போதாது என்று கோபத்தால், காண்டிபிரபு-, மீண்டும் தன் கோட்டையிலே புகுந்து கொண்டு, பகை கக்கிக் கொண்டிருந்தான்.

அரசிளங்குமரி ஆன், கொஞ்சு மொழி பேசு, நானிருக்கும் போது, - பறவை உலகிலே பொழுது போக்கும் மன்னன் மரக்கட்டையா, மதியற்றவனா, அல்லது மாபாவிலைனிஸ் போடும் மாயப்பொடியில் மயக்குற்று விட்டானா, என்று எண்ணி எண்ணி ஏங்கிக்கிடந்தாள். அரண்மனையில் வாழ்ந்தாள் - இளமையும் எழிலும் கொண்டவன் - பட்டுப் பட்டாடை, அணிமணி அலங்காரம், சேடிகள், கீதமிசைப்போர், கிண்கிணி அணிந்தோர், பானமளிப்போர், பரதம் அறிந்தோர் எனும் விதவிதமான பரிவாரம் இருந்தது - கணவன் காதலிக்கவில்லை - கல்லுருவிலும் இல்லை, காமாந்த காரனாகவுமில்லை, தடிதாங்கியவனுமல்ல, இளைஞன், ஒத்த வயதினன், எனினும் அவன் தன்னை நாடுவதில்லை, காதல் ஒளி அவன் கண்களிலே தெரிவதில்லை, தனி அறையில் தோழன் லைனிசுடன், என்ன மர்மப்பேச்சோ, என்ன இன்பப் பேச்சோ, மணிக்கணக்கில் பேசுகிறான், மலர் இங்கே வாடுகிறது, மணம் மாய்கிறது அவன் அங்கே நள்ளிரவு நேரத்திலும் நண்பனுடன் பேசிக் களிக்கிறான்! என் செய்வாள் ஆன், ஏங்கினாள்! அழுதாள்.

காண்டி பிரபுவின் பகையைப் போக்கிச் சமரசம் உண்டாக்க, மேரி, ரிஷ்லுவை அனுப்பிவைத்தாள். ரிஷ்லு தான், முன்பே காண்டி பிரபுவுக்கு அன்பு ததும்பும் கடிதம் அனுப்பினவனாயிற்றே - எனவே, காண்டியிடம் பேசிச் சரிப்படுத்திவிட முடிந்தது. தனக்குச் சேவை செய்வதையே

கொள்கையாகக் கொண்டவன் இந்த ரிஷ்லு, எனவே இவன் பேசுவதை நம்பலாம், என்று எண்ணினான். ரிஷ்லுவும், "எதிர் காலம், சிறப்புடன் விளங்கும்; தங்களின் ஆற்றலை எதிர்த்து நிற்க வல்லவர் யார்? மேரி என்ன இருந்தாலும் பெண்! கான்சினியோ, களியாட்டத்தில் மூழ்கிக் கிடப்பவன்! மன்னனோ, விளையாட்டுச் சிறுவன்!" என்று பலப்பல கூறி மயக்கக் கூடியவன்தானே! என்ன நோக்கம்? காண்டி பிரபுவுக்கு அதிகாரம் கிடைக்க வேண்டும் என்பதா! செச்சே! அதற்கா இவ்வளவு பாடு! மேரி அம்மை உணரவேண்டும், நீண்ட நாள் பகையை, பிடிவாதத்தை, முரட்டுத்தனத்தை எவ்வளவு திறம்பட ரிஷ்லு முறித்துவிட்டான், இவனன்றோ இனி நமக்குத் துணையாக இருக்கவேண்டும், இவனிருக்க நாம் கான்சினியை நம்பிக் கிடக்கிறோமே, என்றெல்லாம் எண்ணிக் கொள்ள வேண்டும்! இதற்காகவே ரிஷ்லு, சமரசம் ஏற்படுத்தி வைத்தான் - கபடம் அறியாத காண்டி பிரபு, பாரிஸ் வந்தான், அரண்மனை நுழைந்தான், அடைய வேண்டிய பெரும் பேறு கிடைத்துவிட்டது என்று எண்ணிக் களிப்புற்றான்.

காண்டியின் கோலாகலம் வேகமாகத் துவங்கி, வெறிபோல வளர்ந்தது. யாரையும் சட்டை செய்யாத போக்கு! எவரையும் எதிர்த்துத் தள்ளும் முறை! எவர் என்னை என்ன செய்யமுடியும் என்ற இறுமாப்பு! சிரித்துப் பேசுவோர், சிரம் அசைத்துக் கரம் நீட்டிடுவோர், புகழ் வீசி இலாபம் கேட்போர், இவர்கள் காண்டியின் பரிவாரம். பகலெல்லாம் விருந்து வைபவம்! இரவெல்லாம்? விவரம் கூற இயலுமா! காண்டியின் 'காட்டுமுறை' பாரிஸ் அரண்மனை வாசிகளைக் கூடப் பயப்படச் செய்தது.

"மன்னனா! வெறும் பொம்மை! தூக்கி எறிய எந்நேரம் பிடிக்கும்? அந்த அரியாசனத்தில் அமரத்தான் எவ்வளவு நேரம் பிடிக்கும்? நான் விரும்பினால், கான்சினி கடுகி ஓடவேண்டும், மேரி மடாலயம் சேரவேண்டும், மன்னன் சிறகொடிந்த பறவையாக வேண்டும்" என்று கொக்கரிக்கலானான். உண்மையிலேயே, உயிருக்கு ஆபத்து

வருமோ என்று அஞ்சி கான்சினி, ஓடிவிடலாமா என்று கூட எண்ணினான். மேரி திகில் கொண்டாள். ரிஷ்லு, அவள் பக்கம் நின்றான். "அஞ்சாதீர்! அட்டகாசம் செய்கிறான் காண்டி! பலம் இல்லை! துணை நிற்போர் யாவரும், துரத்தினால் ஓடிவிடும் தொடை நடுங்கிகள்! பயம் கொள்ளாமல், விளைவு என்ன ஆகுமோ என்று யோசியாமல், உத்தரவிடும், காண்டியைக் கைது செய்ய!" என்று யோசனை கூறினான். எந்தக் காண்டி பிரபுவிடம் தயவுகோரி இருந்தானோ, எந்தப் பிரபுவை அரண்மனைக்கு அழைத்து வந்தானோ, அவனிடம் துளி பரிவு காட்டினானா? இல்லை! ரிஷ்லுவுக்குக் காரியம்தான் முக்கியம்- பண்புகளல்ல!

காண்டி கைது செய்யப்பட்டான்; பாஸ்ட்டிலி சிறை புகுந்தான்.

காட்டுத்தீ போலக் கிளம்பிய அவனுடைய அட்டகாசம், நொடியில் அழிக்கப்பட்டுவிட்டது.

துணை நின்றோர்கள் அரண்டோடினர் - துதிபாடகர்கள், மன்னிப்புக் கோரினார்.

ரிஷ்லுவுக்கு இலாபம் உண்டா? இல்லாமற்போகுமா? ஒவ்வோர் அரசியல் குழப்பமும், ரிஷ்லுவுக்கு இலாபமாகத்தான் முடிந்தது. தர்மாதிகாரியாக அரண்மனை நுழைந்த ரிஷ்லுவுக்கு ஆட்சி மன்றச் செயலாளர் பதவி கிடைத்தது. உறுமீனல்ல, பெருமீன்! இரை கிடைத்த இன்பத்திலே மூழ்கி விடாமல், மேலும் இரை தேடலானான் ரிஷ்லு.

காண்டிபோலவே, எதிர்ப்புணர்ச்சி கொண்டிருந்த வேறு பிரபுக்கள் மீது கடுமையான நடவடிக்கைகள் எடுக்கப்படும் என்று எச்சரிக்கை விடுத்தான். வெளி நாடுகளுக்குத்

தூதுவர்களை அனுப்பிப் பிரெஞ்சு நாட்டுக்கு ஆதரவு திரட்டிடச் செய்தான் - ரிஷ்லு தன் காரியத்தைத் திறம்படத் துவக்கினான்.

ஆட்சிக் குழுவிலே வேறு பலர், அமைச்சர்கள், செயலாளர்கள் உண்டு, எனினும், ரிஷ்லு தன் திறத்தாலும் முறையாலும் மற்றவர்களைச் சாமான்யர்களாக்கிவிட்டு, முன்னணி அமர்ந்தான். முதலமைச்சர் என்ற பட்டம் அளிக்கப் படவில்லை, ஆனால் எதிர்காலத்தில் ரிஷ்லுதான் அந்தப் பதவியில் அமரப்போகிறான் என்பது குறிப்பாகத் தெரியலாயிற்று. பயணம், நம்பிக்கையுடன் தொடங்கப்பட்டது; பாதையும் தெளிவாகிவிட்டது. ஆனால் இடையே ஓர் புயல் வீசி, பாதையை மறைத்தது, பயணத்தைத் தடுத்தது.

காண்டி சிறைப்பட்டான், கான்சினியின் வெறியாட்டம் உச்சநிலை அடைந்தது. மன்னனை மதிப்பதில்லை, ஏளனம் செய்வான், அரியாசனத்தில் அமர்ந்து கொள்வான்-, அரசனுக்குச் செலவுத்தொகைதர அனுமதியேன் என்று ஆர்ப்பரிப்பான். ஒரு சாதாரண பிரபு குடும்பத்தானுக்குக் காட்டுமளவுக்குக்கூட, மன்னனுக்கு மரியாதை காட்ட மாட்டான்-, பித்தம் முற்றிவிட்டது - முடிவு நெருங்கிவிட்டது. லைனிஸ், இந்த முடிவுக்கான திட்டம் தீட்டி விட்டான். ஒருவரும் அறியாவண்ணம் தீட்டப்பட்ட திட்டத்தின்படி, மன்னன் உத்தரவு பெற்ற ஒரு பிரபு, கான்சினியைக் கைதுசெய்தான் - எதிர்த்ததைச் சாக்காகக் கொண்டு கான்சினியைச் சுட்டுக் கொன்றுவிட்டான். முகம் சுக்கு நூறாகிவிட்டது. ஆணவமும் அட்டகாசமும் அழிந்தது என்று மகிழ்ந்தனர் பலரும். கான்சினியின் கையாட்கள், இந்த எதிர்பாராத தாக்குதலாலும், விபரீதமான முடிவுகண்டதும் திகைத்துப் போயினர் - தப்பினால் போதும் என்று திக்குக்கொருவராக ஓடிவிட்டனர். ஒரு விநாடிக்கு முன்பு வரை, அவன் இட்டதுதான் சட்டம் என்ற நிலை இருந்தது,

சுட்டுத் தள்ளப்பட்டான், ஏன் என்று கேட்க ஆள் எழவில்லை. வாழ்க மன்னன்! என்ற முழக்கமிட்டபடி, கான்சினியைக் கொன்ற பிரபு, மக்கள் முன், பிணத்தைப் போட்டான். மக்கள்-, தொலைந்தான் தூர்த்தன்! என்று மகிழ்ந்து கூறினர். கலக்கமடைந்தாள் மேரி - கான்சினிக்கு நேரிட்ட கதிகண்டு அல்ல, தனக்கு என்ன ஆபத்து வர இருக்கிறதோ என்று எண்ணி, ஆண்டு பலவாக அவனுடைய சொல்கேட்டு ஆடிவந்த மேரி, அரண்மனையில் அளவுகடந்த அதிகாரத்தை அவனுக்கு அளித்த மேரி, வெறி நாயைச் சுட்டுத் தள்ளுவது போல அவனைச் சுட்டுத் தள்ளியதுகேட்டு, இந்த அக்கிரமம் ஆகுமா? என்று கேட்கவில்லை - கதறக்கூட இல்லை, தன்னைக் காத்துக் கொள்வது எப்படி, கான்சினிமீது பாய்ந்த பகை, தன்னைத் தாக்கினால் எப்படித் தாங்குவது, என்றுதான் எண்ணம் சென்றது! பிரெஞ்சு அரச குடும்பத்தில் இப்படிப்பட்ட நெஞ்சினருக்கே இடம் இருந்தது!

கான்சினியின் மனைவியின் பெயர் லியனோரா. மேரிக்கு இவள் உயிர்த் தோழி. மேரியின் செவிலித்தாயின் மகள், கான்சினி இறந்துவிட்டதை எப்படி லியனோராவிடம் கூறுவது - அவள் மனம் என்ன பாடுபடும், என்று கூறிக்கரத்தைப் பிசைந்துகொண்டு கண்ணீர் உகுத்தனர், சேடியர். மேரிக்குக் கோபம் பிறந்ததாம், “அவன் எப்படிச் செத்தான் என்பதைச் சொல்லத் தெரியாவிட்டால், அதுபற்றி அவளிடம் பாடுங்கள்” என்று அலட்சியமாகக் கூறிவிட்டுத் தன் காரியத்தைக் கவனித்தார்களாம்.

எப்படிப்பட்ட உத்தமமான மனம்! எவ்வளவு உயர்ந்த பண்பு!

கான்சினி கொல்லப்பட்டதும், மன்னன், தன் தோழன் லைனசுடன் கூடிக்கொண்டு, புதிய பல ஏற்பாடுகள் செய்யலானான். புயல் வீசலாயிற்று! கான்சினியின் தயவால் பெரும் பதவிகளில் அமர்ந்திருந்தவர்கள், வேலையினின்றும் நீக்கப்பட்டனர். கான்சினியால் சிறை வைக்கப்பட்டவர்கள்,

விடுதலை செய்யப்பட்டு, பதவிகளில் அமர்த்தப்பட்டனர். பல துறைகளிலே திடீர் மாறுதல், லியனோரா சிறையில் தள்ளப்பட்டாள். மேரியின் அமுல் அடக்கப் பட்டுவிட்டது. எல்லாம் இப்போது லைனஸ் கரத்தில்!

மன்னனை மக்கள் பாராட்டினர். ஏதுமறியாதவர் போலிருந்தாரே, இப்போது இவ்வளவு ஆற்றலுடன் காரிய மாற்றுகிறாரே, என்று கூறி மக்கள் மகிழ்ந்தனர். கான்சினியிடம் மக்களுக்கு அவ்வளவு வெறுப்பு. இவனது கொட்டத்தை அடக்கும் துணிவு யாருக்குமா இல்லை, என்று மக்கள் பலகாலமாகக் கேட்டு வந்தனர். வேட்டை விளையாட்டில் ஈடுபட்டு, ஆட்சியிலே இருப்பவர்கள் எது செய்தாலும் அக்கறை காட்டாது இருந்து வந்த இந்த ஊமை மன்னன், மக்களின் மனப் போக்கை அறிந்து, மாபாவியைக் கொன்றானே, இதல்லவா ஆச்சரியம் என்று பேசினர்.

கான்சினியின் பிணம் பிய்த்தெறியப்பட்டது. ஆளுக்கொரு துண்டு எடுத்து அங்கும் இங்கும் போட்டுக் கொளுத்தினர் - சாம்பலை, காற்றோடு கலந்தனர், களிநடனம் புரிந்தனர். கான்சினி ஒழிந்தான், மன்னன் வாழ்க இத்தாலிய எத்தன் ஒழிந்தான், வீர இளைஞன் வாழ்க என்று வாழ்த்தினர்!

கான்சினியுடன் தொடர்பு கொண்டோர், மேரியின் தயவுக்குப் பாத்திரமானோர், இவர்களுக்குப் பேராபத்து தாக்கிய போது, தப்பிப்பிழைத்தது, ரிஷ்லு மட்டுந்தான் எப்படி?

கான்சினியின் தயவைப் பெற ரிஷ்லு தவறவில்லை - மேரியின் ஆதரவால்தான். ஆட்சிக்குழுச் செயலாளராக அமர்ந்திருந்தான். எனவே மன்னனுக்கும் லைனசுக்கும் மாற்றும் குழுவிலே இருந்த ரிஷ்லு, ஒழித்துக் கட்டப்பட வேண்டிய புள்ளிதான், எனினும், லைனஸ், மன்னனிடம் "ரிஷ்லு யோக்யர்! தங்களிடம் நிரம்பப் பற்று உள்ளவர்"

என்று வாதாடினான். ஏன்? அவன் அவ்விதம் நம்பும்படி ரிஷ்லு, சிலகாலமாக, நடந்து கொண்டு வந்தான்.

கான்சினியின் நிலை, திடீரென்று சாயும் என்பதையும் லைனஸ் மன்னனைப் பயன்படுத்தி, சூத்திரக் கயிற்றினைப் பிடித்துக் கொள்ளப் போகிறான் என்பதையும், உணர்ந்த ரிஷ்லு, "கான்சினியின் போக்கே எனக்குப் பிடிக்கவில்லை, எனக்கு அவன் தயவில் பதவியில் இருக்கவே கஷ்டமாக இருக்கிறது, மேரி அம்மையின் இயல்பும் எனக்குப் பிடிக்கவில்லை, என் உள்ளம் மன்னன் சார்பாகத்தான், மன்னனிடம்தான் அதிகாரம் இருக்க வேண்டும் என்பது என் நோக்கம்" என்றெல்லாம், லைனசிடம், அவன் நம்பும்படி பேசி வந்திருக்கிறான். எனவே தான், பலருக்குத் தலைபோன அந்த நேரத்திலும், ரிஷ்லு சேதமின்றி இருக்க முடிந்தது.

மேரியும் கான்சினியும் அல்லவா, நமது இன்றைய உயர்வுக்குக் காரணம், அவர்களிடம் உள்ளன்பு கொள்வதும், நன்றியறிதல் காட்டுவதுந்தானே, நமது கடமை, அவர்களில் கான்சினி கொல்லப்பட்டுவிட்டான். மேரியோ தாழ் நிலைக்குத் தள்ளப்படுகிறாள், அவர்கள் சார்பிலே நின்று, லைனசின் அக்கிரமத்தைக் கண்டிப்பதல்லவா அறம், என்றெல்லாம் ரிஷ்லு எண்ணவில்லை! மூவர் இருந்தனர், முட்டுக் கட்டைகள் - ஒருவன் காண்டி; சிறை சென்றான்; மற்றொருவன், கான்சினி, சுட்டுச் சாம்பலாக்கி விட்டனர் - மூன்றாமவன் இந்த லைனஸ், இவன் தொலையு மட்டும், துதிபாடித் தப்பித்திருக்கத்தான் வேண்டும் - இவனும் தொலைவான், பிறகு, நான்தானே மன்னன் பக்கத்திலே, என் கரத்தில்தானே பிரான்சு! - என்று இப்படி எண்ணினான் ரிஷ்லு. அவன் படித்த மார்க்க ஏடுகளும் அற நூல்களும் இத்தகைய சுயநலத்தைத்தானா தந்தன, என்று கேட்கத் தோன்றும். அந்த ஏடுகளிலே இருந்து ரிஷ்லு இந்தக் குணத்தைப் பெற்றானோ இல்லையோ, நாமறியோம். ஆனால் ஒன்று அறிவே அவன் அந்த ஏடுகளைப் படித்ததே கூட, சொந்த ஆக்கத்தைப் பெற

அவை தரும் அறிவு பயன்படட்டும் என்ற நோக்குடன்தான்! அறநூல் படித்தவன்! அபாரமான திறமைசாலி! - என்று புகழப்பட வேண்டும் என்பதற்காகக் கற்றானே தவிர, அறத்தைப் பரப்ப வேண்டும் – காக்க வேண்டும் என்பதற்காக அல்ல! அந்த வேலையைப் புத்தகப் பூச்சிகளுக்கும் வித்தகப் பேச்சாளருக்கும் விட்டுவிட்டான்!

அரண்மனை ஆச்சரியப்பட்டது பலரை வீழ்த்த பெரும் புயலால், ரிஷ்லு சாய்ந்திடாதது கண்டு.

மேரியிடமிருந்து அதிகாரம் பறிக்கப்பட்டதுடன் அம்மையைப் பாரிசை விட்டே பயணப்படும்படி மன்னன் உத்தரவிட்டான் - உத்தரவு பிறப்பிக்கும்படி லைனா கட்டளையிட்டான்!

ப்ளாயிஸ் என்ற ஊர் சென்று தங்க ஏற்பாடு செய்பட்டு மேரி புறப்பட்டபோது, மன்னனுடைய அனுமதியுடன் ரிஷ்லு, மேரியின் ஆலோசகர் குழுத் தலைவராகச் சென்றான்.

மேரி, சுகத்திலும் துக்கத்திலும் வாழ்விலும் தாழ்விலும் தன்னுடன் இணைந்து இருக்க இசையும் ரிஷ்லுவின் பெருங் குணத்தைப் பாராட்டி இருக்கக்கூடும். ஆனால் ரிஷ்லு சென்றது, மேரி அம்மையுடன் இருந்து கொண்டு மன்னனுக்கு அவ்வப் போது 'சேதி' அனுப்ப! லைனசின் ஏற்பாட்டின்படி ஆட்சிப் பொறுப்பை மன்னன் ஏற்றுக் கொண்ட கணமே, ரிஷ்லு, மன்னனின் 'ஆள்' ஆகிவிட்டான். மேரி இனி ஒரு கருவி - அதிலும் கூர் மழுங்கிவிட்டது! உயர வழி, முன்னேற மார்க்கம் மீண்டும் உயர பதவி பெற வழி, மன்னனுக்குத்தொண்டு புரிவதுதான் என்ற முடிவுக்கு ரிஷ்லு வந்தாகிவிட்டது. மன்னனால் நியமிக்கப்பட்ட 'ஒற்றன்' இந்த ரிஷ்லு என்பதறியாமல், இழந்ததைத் திருப்பிப் பெறத் திட்டம் என்ன வகுக்கலாம் என்று எண்ணியபடி, ரிஷ்லுவை

அழைத்துக் கொண்டு, மேரி, ப்ளாயிஸ் சென்று புதுமுகாம் அமைத்துக் கொண்டாள்.

மேரியுடன் ரிஷ்லு இருந்து வந்தது லைனசுக்குப் பிடிக்க வில்லை. எனவே ரிஷ்லு, பழையபடி லூகான் நகர் அனுப்பப் பட்டான். ஏழாண்டுகள் இதுபோல, ‘வனவாசம்’ செய்ய நேரிட்டது. பலர் ரிஷ்லுவின் அரசியல் வாழ்வு இனித் துலங்காது என்று எண்ணினர். ஆனால் ரிஷ்லுவுக்கு அசைக்கமுடியாத நம்பிக்கை இருந்தது, மீண்டும் பதவிகிடைத்தே தீரும். முன்னிலும் மேலான நிலை பிறக்கும் என்று.

‘நான் உண்டு என் ஏடு உண்டு’ என்று ரிஷ்லு கூறிக் கொண்டபோதிலும், நாட்டு நடவடிக்கைகளைக் கூர்ந்து கவனித்த வண்ணம்தான் இருந்தான். இடையிடையே, எந்த மன்னனால் துரத்தப்பட்டானோ, அதே லூயிமன்னனுக்கு, ரிஷ்லு தன் ஆற்றலை விளக்கிக் காட்டும் வாய்ப்பும் கிடைத்தது.

பகுதி: 5

லூகான் நகர் சென்றதும் ரிஷ்லு, தன் புகழ் மங்கிவிடும்படி இருந்து விடவில்லை - புகழ் துருப்பிடிக்கவும் கூடாது. அரசாள் வோர் கவனத்தைக் கவரத் தவறவும் கூடாது என்பது ரிஷ்லுவுக்கு நன்றாகத் தெரியும்.

பிராடெஸ்ட்டென்ட் கொள்கைகளைக் கண்டித்தும், கத்தோலிக்கக் கோட்பாடுகளை ஆதரித்தும் அரியதோர் ஏடு தீட்டினான் - மார்க்கத் துறையினர் கண்டு பாராட்டும் வகையில் புகழ் பரவலாயிற்று! மன்றம் பல பேசலாயின ரிஷ்லுவின் நுண்ணறிவு பற்றி, கத்தோலிக்க மார்க்கத்தை உலகெங்கும் பரப்பி, எதிர்ப்புகளை ஒழித்துக்கட்டும் பேராற்றல் படைத்தவர் இந்த ரிஷ்லு என்று கொண்டாடினர். சிலர், மார்க்கத் துறையிலே ஈடுபட்டு மானிலம் புகழும் இடம் பெறுவதை விட்டு, ஏன் இவர் சிலகாலம் அரசியல் சேற்றிலே உழன்று கிடந்தார் என்று பேசினர். ரிஷ்லுவுக்கு இந்த வெற்றி களிப்பளித்தது, நாடு நம்மை மறந்துவிடவில்லை! புகழ்கிறது! கவனத்தில் வைத்திருக் கிறது - என்று எண்ணி மகிழ்ந்தான்.

கத்தோலிக்கக் கோட்பாட்டுக்கு பிராடெஸ்ட்டென்ட் புயலால் ஏற்பட்ட ஊறுகளைப் போக்கவேண்டும் என்பதல்ல, ரிஷ்லுவின் எண்ணம். ஆட்சிப் பொறுப்பு அளிக்கப்படவில்லை. ஆற்றலைக் காட்டியபடி இருந்தால் அந்த வாய்ப்பு அளிக்கப்படும். ஆற்றலைக் காட்ட இந்த ஏடு பயன்படட்டும் என்பதற்காகவே தீட்டினான். உண்மையாகவே, மார்க்க சம்பந்தமான பணியிலே ஈடுபட வேண்டுமானால் வாய்ப்பா இல்லை! ஏராளம்!

இந்த ஏழாண்டு ஓய்வின்போது, ரிஷ்லுவுக்கு ஜோசப் பாதிரியார் உற்ற நண்பரானார்.

ஜோசப், ரிஷ்லு போன்றவரல்ல, ஆற்றல் உண்டு நிரம்ப, அதற்கேற்ற அளவு நேர்மை உண்டு. கொள்கை உண்டு. அதற்காகச் சுயநலத்தைத் தியாகம் செய்யும் பண்பு உண்டு. கூர்மையான மதிபடைத்தவர், அதனைத் தமக்குப் புகழோ நிதியோ சேர்க்க அல்ல, தன் கொள்கையின் வெற்றிக்காகச் செலவிட்டு வந்தவர்.

கத்தோலிக்க மார்க்க வெற்றியே, ஜோசப்பின் மூலதாரக் கொள்கை.

கிருஸ்தவ மார்க்கத்தைப் பாதிக்கும் முறையில் நடத்து கொள்கிறார்கள் என்ற காரணம் காட்டி, முஸ்லீம்களுடன் புனிதப் போர் நடாத்தி வந்தவர்களுக்கு இருந்தது போலவே, ஜோசப்புக்கு, இஸ்லாமிய ஆதிக்கத்தைத் தீர்த்துக் கட்ட வேண்டும் என்ற பேரவா, தீஎனக் கொழுந்து விட்டெரிந்து கொண்டிருந்தது. புதியதோர் புனிதப்போர் தொடுக்கத் தூபமிட்டார், பலிக்க

வில்லை. பிறகு அவர், பிரான்சு நாடு, கத்தோலிக்க மார்க்கத்துக்கு ஏற்ற திரு இடம் என்று எண்ணினார், அங்கிருந்தபடி, ஐரோப்பாவில் பல்வேறு இடங்களிலே பரவிக் கொண்டிருந்த பிராடெஸ்ட்டென்ட் மார்க்கத்தை மாய்த்தொழிக்கலாம் என்று எண்ணினார். ரிஷ்லுவுக்கு இது தெரிந்து விட்டது! ரிஷ்லு, கத்தோலிக்க மார்க்கத்தைச் சிறப்பித்தும், பிராடெட்ஸ்டென்ட் கண்டனங்களைச் சின்னாபின்னமாக்கியும் தீட்டிய ஏடு, ஜோசப்புக்கு ஆர்வமூட்டிற்று. இருவரும் நண்பராயினர். ரிஷ்லுவைக் கொண்டு, கத்தோலிக்க மார்க்கத்தை ஒளிவிடச் செய்யலாம் என்ற நம்பிக்கையுடன், ஜோசப், தமது செல்வாக்கை, ரிஷ்லுவுக்குத் துணையாக்கினார். ஆர்வமும் ஆற்றலும், ஓயாது உழைக்கும் திறனும், ஒன்றையும் தனக்கெனத் தேடிக்கொள்ளாப் பண்பும், பல்வேறு நாடுகளிலே செல்வாக்கும் கொண்டிருந்த ஜோசப்பைப்

பயன்படுத்திக்கொண்டு ஆதிக்கபுரி போய்ச் சேரலாம் என்று ரிஷ்லு திட்டமிட்டான். இருவருக்கும் ஏற்பட்ட கூட்டுறவு, ரிஷ்லுவுக்குப் பெரும் பயனளித்தது - ஜோசப் இறந்துபடும் வரையில், ரிஷ்லுவுக்காகவே, உழைத்தார். ரிஷ்லுவின் மனமறிந்து திறமையுடன் காரியமாற்றினார். ரிஷ்லு, அரசாளும் காலத்திலே பெற்ற பல ஆச்சரியமான வெற்றிகளுக்கு ஜோசப்பின் அறிவாற்றல், பெரியதோர் காரணமாக அமைந்தது.

ஜோசப்பின் செல்வாக்கினால், அரண்மனையில் கூற, ரிஷ்லுவிடம் இருந்த அவநம்பிக்கையும் பயமும் ஓரளவு குறைந்தது.

ரிஷ்லுவுக்கு ஒரு வாய்ப்புக் கிடைத்தது.

மேரி; தன் நிலையில் திருப்தி பெற முடியுமா! அரண்மனையில் எல்லா அதிகாரங்களையும் அனுபவித்துக் கொண்டிருந்த அம்மை, லைனஸ் எனும் ஊர்பேர் அறியாதான் அரசாண்டு கொண்டிருப்பது கண்டு எங்ஙனம் மனம் பொறுக்க முடியும். சூழ்ச்சிகள் மூலம் மீண்டும், இழந்த இடத்தைப் பிடிக்கவேண்டும் என்ற ஆவல் வளர்ந்த வண்ணம் இருந்தது.

மகனுக்கும் அன்னைக்கும் இடையே இயற்கையாக இருந்து வந்த பாசம், லைனசால் கெட்டுவிட்டது.

ஆன் அரசி எப்போதும் போலவே, கண்ணீர் உகுத்துக் கொண்டுதான் இருந்தாள்.

பிரபுக்கள், இந்தப் ‘புதிய நோய்’ போக மருந்து உண்டா என்று ஏக்கத்துடன் கேட்டனர்.

“சரக்கு மாறவில்லை - விலாசம்தான் புதிது!” என்று ஒருவர், லைனசின் ஆட்சியைக் குறிப்பிட்டார்.

கான்சினி, காண்டி, இவர்களிடம் காணப்பட்ட போக்கே லைனசிடமும் இருந்தது.

உறவினர்களுக்கெல்லாம் செல்வம், செல்வாக்கு, பட்டம் பதவி! அள்ளி அள்ளி வீசினான், லைனஸ்; கேட்க நாதி இல்லை. எதிர்த்திடத் துணிந்தவர்கள் அழிக்கப்பட்டனர்.

இந்த நிலையில், மேரி அம்மை, ப்ளாபிசில் சோம்பிக் கிடந்து பயனில்லை அங்கிருந்து வெளியேறி, பிரபுக்கள் சிலரின் உதவியைத் திரட்டிக் கொண்டு, லைனசை எதிர்த்தொழித்து, மகனை மீட்டு அவனை மன்னனாகக் கொண்டு பழையபடி தன் ஆட்சியை நிலைநாட்ட வேண்டும், என்று தீர்மானித்தாள்.

எபர்னான் பிரபுவுக்கு அதுபோது பிரான்சிலே நல்ல செல்வாக்கு, அவருடைய உதவியைப்பெற, மேரி திட்டமிட்டு மங்கலான நிலவொளி இருந்த ஓரிரவு, சாளர மாளிகையை விட்டு வெளியேறி, எபர்னான் மாளிகை வந்து சேர்ந்தாள்.

மேரி தப்பிச் சென்ற செய்தி பிரான்சிலே பெரிய பரபரப்பை உண்டாக்கிவிட்டது. இரவில்! சாளரவழி! நூலேணி!! - மக்கள் இந்த நிகழ்ச்சிகளைக் கேட்டு வியப்படைந்தனர்.

எபர்னான் பிரபு, மேரி அம்மைக்குத் துணைபுரியச் சம்மத்தார் - லைனசிடம் வெறுப்புக் கொண்ட வேறு சீமான்களும் பக்கத்துணையாயினர்! மேரி அம்மையின் திட்டம் வெற்றி தந்துவிடும் என்ற நம்பிக்கை உதயமாயிற்று.

மன்னனும் லைனசும் கவலைப்பட்டனர் - எப்படி இந்த ஆபத்தைத் தவிர்ப்பது என்று யோசித்தனர் - ஜோசப் யோசனை கூறினார், "மேரி, படையுடன் பாரிஸ் வராதபடி

தடுக்கக் கூடியவர் ஒருவர்தான் உண்டு - அவர் தான் ரிஷ்லு!" என்றார். ரிஷ்லு அழைக்கப்பட்டார்! என்னைப் பாரிசைவிட்டுத் துரத்தினீர்களே, நான் ஏன் உங்களுக்குத் துணை புரிய வேண்டும்? நான், மேரி அம்மைக்கே உதவி புரிவேன். மேரியின் தயவுதான் எனக்கு அரண்னை நுழைவுச் சீட்டாக இருந்தது. எனவே நான் பாரிஸ் வாரேன்" என்றல்லவா, ரிஷ்லு நிலையில் தள்ளப்பட்ட எவரும் கூறுவர். ரிஷ்லு பாரிஸ் சென்றான், மேரி அம்மைக்கும் மன்னனுக்கும் சமரசம் உண்டாக்கி வைக்கும் பணியைச் செய்து முடிப்பதாக வாக்களித்து, எபர்னான் சென்று, மேரியிடம் பேசி போரை நிறுத்தி வைத்ததுடன், சமரச ஏற்பாட்டையும் தாயரித்துத் தந்தான்!

ஒருபுறம் மன்னன், அவனுடன் கீழே சாயப்போகும் லைனஸ்.

மற்றோர்புறம் சூழ்ச்சித் திறமும் ஆதிக்க ஆசையும் மிகுந்த மேரி - அம்மையைச் சுற்றி அதிகார போதையைப் பருகி அட்டகாசம் செய்யவல்ல பிரபுக்கள்.

இந்த இருதரப்பிலே, மேரி தரப்பினுடைய கரம் வலுத்தால், தன் ஆதிக்க நோக்கம் ஈடேறும் வழி அடியோடு அடைபட்டுவிடும், எனவே, மேரியின் திட்டம் வெற்றி பெறக் கூடாது - வெற்றிபெற விடக்கூடாது.

மன்னன்? பரவாயில்லை! கரத்தில் சிக்குவான் லைனஸ்? அசடன்! ஆடி அழிவான்!! - எனவே மன்னர் தரப்புக்கே துணைநிற்க வேண்டும், என்று ரிஷ்லு தீர்மானித்தான்.

ரிஷ்லுவின் பேச்சுக்கு மேரி, ஏன் இணங்க வேண்டும்? மேரி, அடைந்திருந்த அவமானம் சாமான்யமானதல்ல வேட்டைக்கார வெறியன், அரண்மனையை விட்டே துரத்தினான். கீறிய கோடு தாண்டாதிருந்த மன்னனை மகனை,

பிரித்து வைத்தான், பகை மூட்டி விட்டான் எபர்னான் பிரபுவின் ஆற்றல் துணை நிற்கிறது - வெற்றி எளிது! - இது மேரிக்குப் புரியக் கூடியதுதானே! ஏன் ரிஷ்லுவின் சமரசப் பேச்சுக்கு இணங்க நேரிட்டது?

ரிஷ்லு, தர்பார் தளுக்கனல்ல! பாவையரை மயக்கும் பாகு மொழி பேசியும், சொக்க வைக்கும் புன்சிரிப்பு காட்டியும், கீதமிசைத்தும் நடனமாடியும், களிப்பூட்டியும் காதலைப் பொழிந்தும், காரிகையரைக் கொல்ல உல்லாசக் கல்லூரியில் தேறியவனுமல்ல! நோயாளி பகட்டுரை அணிந்து பரிமளம் பூசிக்கொண்டு மினுக்கும் பட்டுப் பூச்சியுமல்ல! மத அதிபர் உடை! நோயும் ஓயாத உழைப்பும், தாங்கித் தாங்கி முகத்திலே, வேதனை ரேகை நன்றாகப் படர்ந்திருந்தது. எனினும், ரிஷ்லுவுக்கு யாருடைய கவனத்தையும் தன்பக்கம் இழுக்க வல்ல முக அமைப்பு இருந்தது! கவர்ச்சி அல்ல! அளவளாவலாம். தோழமை கொள்ளலாம், என்ற ஆசை எழவில்லை, எனினும், அவனைப் பார்த்ததும், மனத்திலே பதிந்து விடுகிறான், இத்தாலியச் சாணக்கியன் மாக்கியவல்லி கூறினான். “மன்னன் நேசிக்கப்படத் தக்கவனாக இருப்பதைக் காட்டிலும் அச்சமூட்டத் தக்கவனாக இருப்பது நல்லது” என்று ரிஷ்லும், அந்த ஓவியமாக விளங்கினான். நேசிக்க அல்ல, அச்சம் கொண்டிட வைத்தது, ரிஷ்லுவின் தோற்றம் அவனுடைய கண்களே, கருவூலங்கள்! ஒளி, ஆவலைக் காட்டுவதாக மட்டுமல்ல, உறுதியை, நினைத்ததைச் சாதித்தே தீருவான் என்ற உறுதியை உமிழ்ந்தது! ஆடம்பரம் இல்லை- உடையில், நடையில். ஆனால் அதிகாரத்தைத் திறம்பட நடத்தும் போக்கினன் என்பதை எடுத்துக் காட்டுவதாக இருந்தது.

இந்த ரிஷ்லுவிடம், மயக்கமா, மேரி அம்மைக்கு!

உண்டு, என்கிறார்கள் - இருக்கக் கூடும், அம்மையின் இயல்பைக் கவனித்தால்!

ரிஷ்லு, இதற்கு இணங்கினதாக ஆதாரமும் இல்லை, நடவடிக்கைகள் இவ்வகையில் ஏதும் இல்லை.

பொதுவாகவே ரிஷ்லுவுக்கு அந்தச் 'சபலம்' கிடையாது. நோயும், நோயைவிடக் கடுமையாக மனத்தைப் பிடித்துக் கொண்டிருந்த ஆதிக்க ரிஷ்லுவுக்கு அந்தச் சபலத்தைத் தந்திராது - மேலும் வாலிப வயது முதல் தேவாலயத்திலே அல்லவா, வேலை!! எனவே, ரிஷ்லு, விருந்து தேடிடும் வீணனாக இல்லை. ஆனால், மேரி, அம்மைக்கு ஏதோ ஒரு வகையான மயக்கம் இருப்பது மட்டும் ரிஷ்லுவுக்குத் தெரிந்தது - அந்தப் பொல்லாத குணம் கூடாது என்று ரிஷ்லு உபதேசம் செய்யவில்லை. ஒதுங்கிக் கொள்ளவில்லை. அரண்மனை ஆயிரத்தெட்டுக் கேடுகள் நடமாடும் இடம் என்று மிரண்டு ஓடிவிட வில்லை. அம்மைக்கு அவ்விதமான மயக்கம் இருப்பதும் நல்லது தான், அதனை எப்படி, ஆதிக்கம் பெறப் பயன்படுத்திக் கொள்வது, என்று மட்டுமே எண்ணினான்.

"நான் இருக்கிறேன்! இதோ! உன் எதிரில் எப்போதும்" என்று தன்னைக் காட்டிக் கொள்வது மட்டும் போதும், இணங்கிவிடுவது கூடாது, பெறவேண்டும் என்ற ஆவல் தரும் சுவையைவிட, பெற்றுவிட்டால் கிடைக்கும் சுவை குறைந்த தரமாகிவிடும், எனவே ஆவல் மட்டும் இருக்கட்டும், அது அணையாத் தீபமாக இருக்கட்டும், என்று எண்ணி ரிஷ்லு நடந்து வந்ததாகக் கூறப்படுகிறது.

ரிஷ்லுவின் போக்கைக் கவனிக்கும்போது, இது முற்றிலும் உண்மைக்கு மாறானது என்று தள்ளிவிடுவதற்கில்லை.

இப்படி ஒரு மயக்கம் இருந்தாலொழிய, மேரி அம்மை, நெருக்கடியான நேரத்தில் எல்லாம், ரிஷ்லுவின் பேச்சுக்கு

ஏற்றபடி தன் திட்டத்தைத் திருத்திக் கொள்வதற்குக் காரணம் வேறும் காணக்கிடைக்கவில்லை.

எப்படியோ ஒன்று, சமரசம் ஏற்பட்டுவிட்டது - தாயும் மகனும் அளவளாவினர் - நாடு ஓரளவு நிம்மதி கிடைத்தது என்று எண்ணி மகிழ்ந்தது.

ரிஷ்லுவுக்கு இதனால் என்ன இலாபம் இல்லாமற் போகுமா? கார்டில் எனும், உயர்தர மத அதிபர் பதவியை ரிஷ்லுவுக்குப் போப்பாண்டவர் அளித்தார். இந்தப் பதவியில் ரிஷ்லுவை அமர்த்த வேண்டும் என்று கேட்டுக் கொள்ளப்பட்டது.

கார்டினல் எனும் நிலைபெற, மார்க்கத் துறையிலேயே பன்னெடுங்காலம் ஈடுபட்டுக் காத்துக் கிடப்பவர் பலர். ஆனால், ரிஷ்லுவுக்கோ! ஓர் அரசியல் குழப்பம்! - சமரச முயற்சி - கார்டினல் பதவி!

எபர்னான் பிரபுவின் பேருதவியை நம்பித்தான் மேரி, மன்னனை எதிர்க்கத் துணிந்தது. ரிஷ்லு எப்படியோ அம்மையின் மனத்தை மாற்றி, மன்னனிடம் சமரசமாகிவிடும்படிச் செய்துவிட்டான். இந்தச் சமரசம் நிலைக்கவில்லை என்றபோதிலும், இந்தச் சம்பவம், அரண்மனையில் ரிஷ்லுவின் செல்வாக்கை வளமாக்கிவிட்டது. ஒருநாள் எபர்னான் பிரபு, மாளிகை மாடியிலிருந்து கீழே வந்து கொண்டிருக்கும்போது ரிஷ்லுவின் ஆதரவாளர் ஒருவர், படிக்கட்டில் அவரைக் கண்டு, “பிரபுவே! என்ன ஏதேனும் விசேஷம் உண்டா,” என்று கேட்க, எபர்னான், “ஏன் இல்லை! நீங்கள் உயரப்போகிறீர்கள், நான் கீழே இறங்குகிறேன்!” என்று பதிலளித்தாராம்! யூகம் நிரம்பிய பதில். எபர்னானுக்கு மேரி அரசி ஏதும் உதவி செய்யவில்லை; ரிஷ்லு வுக்கோ, அன்னையும் ஆதரவு தந்தார், அரியாசனத்திலிருந்த மகனும் தந்தான்!!

இது எனக்கு எம்மாத்திரம், என்றுதான் ரிஷ்லு எண்ணினான். ஆனால் பயனற்றது என்று கூறவில்லை. பயன் படுத்திக் கொள்ளமுடியும்.

சமரசம் முறிந்ததும், மீண்டும் சமர் கிளம்பிற்று - மீண்டும் சமரசம் - இப்படி நிகழ்ச்சிகள் ஊஞ்சலாடின - இந்நிலையில், லைனஸ் இறந்துபட்டான் - மன்னன், யாராருடைய துணை கொண்டோ துரைத்தனம் நடத்திப் பார்த்துச் சலிப்புற்று, ரிஷ்லுவுக்கு அழைப்பு அனுப்பினான், 1624-ஆம் ஆண்டு ஏப்ரல் திங்கள் 29ஆம் நாள், ரிஷ்லு மீண்டும் ஆட்சிக் குழுவில் இடம் பெற்றான் - நாலு திங்களில், உடனிருந்த அமைச்சர்களை மூலையில் அமரச் செய்துவிட்டு, முதலமைச்சரானான் - முடிதரித்தவன் லூயி ஆட்சி, கார்டினல் ரிஷ்லுவிடம் நீண்டகாலத் திட்டம் பலித்துவிட்டது! பிரான்சு, ரிஷ்லு கரத்தில் சிக்கிவிட்டது. லூகான் தேவாலயத்திலோ பூஜாரி வேலையா பார்க்கச் சொன்னார்கள், பிரான்சை ஆளும் பெரும் பதவிக்கு, ஏற்ற என்னை! என்று எண்ணினான். பெற்றதைப் பலப்படுத்தும் பெரும் பணியைத் துவக்கினான். மன்னனை மெல்ல மெல்ல வசப்படுத்திக் கொண்ட ரிஷ்லு, பிரபுக்களின் கொட்டத்தை அடக்குவது ஹியூஜீநாட்ஸ் எனும் பெயர் படைத்த பிராடெஸ்டென்ட் மக்களை ஒடுக்குவது, வெளி நாடுகளில் பிரான்சின் கீர்த்தியை நிலைநாட்டுவது எனும் மூன்று திட்டங்களை மேற்கொண்டு ஒவ்வொன்றிலும் வெற்றி கண்டான். இந்த வெற்றிகளை வரலாற்று ஆசிரியர்கள் பெரிதும் பாராட்டுகின்றனர். இந்த வெற்றிகளுக்கு ரிஷ்லு கையாண்ட முறைகளோ மிகக் கொடுமையானவை.

ரிஷ்லுவின் ‘ஒற்றர்கள்’ நாடெங்கும் பூனைபோலுலவி, ‘சேதிகளை’க் கொண்டு வந்து தருவர், தனக்குப் பிடிக்காதவர்கள், ஆற்றலை வெளிப்படுத்துபவர், அரண்மனையில் புகும் உரிமை கொண்டவர்கள் ஆகியோரை, சதிவழக்குகளில் சிக்கவைக்க, இந்தச் சேதிகள் மெத்தப் பயன்பட்டன. மாளிகைகளிலே மருட்சி! ஒவ்வொரு பிரபுவும்

தனக்கு எப்போது ஆபத்து வருமோ என்ற திகிலுடனேயே உலவிட நேரிட்டது. சதி வழக்குகள் தொடுத்தால், தக்க ஆதாரங்கள் இல்லாவிட்டாலும் கடும் தண்டனை தரப்படும் - காரணம் கேட்டவருக்கு ரிஷ்லு சொன்னான் : "சதி வழக்குகளுக்கு ஆதாரங்கள் அப்பழுக்கின்றிக் கிடைக்குமா! யூகித்தறிந்த விஷயமே போதும் தண்டனை தர" என்று. இப்படிப்பட்ட விபரீத நியாயம் - முறையாகிவிட்டது.

மன்னனிடம், "என் கடன் தங்கள் ஆட்சியைப் பலப்படுத்துவதுதான். தங்களை எதிர்க்கத் துணிவு காட்டும் பிரபுக்களை அழித்து, அரச பலத்தை அதிகரிக்கச் செய்வதுதான்; தங்கள் ஆட்சியின்போது பிரான்சு நாடு பிற நாடுகளால் பெரிதும் மதிக்கப்பட்டது என்ற நிலை இருக்க வேண்டும்; அதற்கான முறையிலே பணிபுரிகிறேன்" என்று சொல்லி, காட்டிய இடத்தில் கையொப்பமிடும் கருவியாக மன்னனை ஆக்கிக் கொண்டான்.

பல பிரபுக்கள், ரிஷ்லுவின் பகைக்கு ஆளாகி ஈவு இரக்கமின்றி அழிக்கப்பட்டனர் - ஒரு பிரபுவாவது மக்களுக்குக் கேடுசெய்தான் என்பதற்காக அல்ல, மன்னனுக்க நிகராகத் தன்னை எண்ணிக் கொண்டான் என்பதற்காகவே!

அரசனுக்காக! பிரான்சுக்காக! என்றுதான் ரிஷ்லு, தன் நடவடிக்கைகளுக்கெல்லாம், விளக்கம் தந்தானே தவிர, மக்களுக்காக என்று ஒரு செயலையும் மேற்கொள்ளவில்லை. மக்கள், எப்போதும் போல ஏக்கமிகுந்து இருந்தனர் - பசி தீரவில்லை, வாழ்க்கை சிறக்கவில்லை - தொழில் வளம்பெருக வில்லை, உரிமைக் குரலுக்கு இடமே இல்லை. பிரபுக்கள் ஒரு புறத்தில் அவர்களைக் சுரண்டினர். மத அதிபர்கள் மற்றோர் புறம் அரித்தனர். இந்தக் கொடுமைகளைக் களைய ரிஷ்லுவின் ஆற்றல் பயன்படவில்லை - அடிப்படையில் வெடிப்புக் கிடந்தது.

ரிஷ்லுவோ, கலசத்துக்குப் பொன்முலாம் பூசிக் கொண்டிருந்தான்.

ரிஷ்லுவை எதிர்த்து, மன்னனுடைய தம்பி, காஸ்ட்டன் பன்முறை கிளம்பினான் - ஒவ்வோர் முறையும் பரிதாபகரமான தோல்வியே கண்டான்.

மன்னன் தம்பி என்றால் அவன் தலை தப்பிற்று - உடன் இருந்தோரின் தலைகள் உருண்டன.

வேண்டுகோள், அழுகுரல், கருணைமனு, எதனையும் பொருட்படுத்துவதில்லை, பாதையிலே குறுக்கிட்டால் தீர்ந்தது, பயங்கர மரணம்தான் பரிசு!

தன்னைச் சுற்றிலும் வேவு பார்ப்போர், தகவல் திரட்டுவோர், ஆகியவர்களை அமர்த்திக் கொண்டு, ரிஷ்லு நடத்தி வந்த ஆட்சி முறையின் கடுமை கண்டு, பலரும் கலங்கினர்.

மன்னனின் தம்பி, காஸ்டன், காமக்களியாட்டத்திலே காலந்தள்ளி வந்த பதினெட்டாண்டு வாலிபன். அவனை ஆதரவாக நம்பி, ஒரு பிரபுக்கள் எதிர்ப்பு மூட்டினர் - ரிஷ்லுவுக்கு, சதி, கருவிலிருக்கும்போதே தெரிந்து விட்டது - பிரபுக்களின் முயற்சி முறியடிக்கப்பட்டது - காஸ்டன், அண்ணனிடம் மன்றாடி உயிர் தப்பினான். ஒரு பிரபு சிறையில் தள்ளப்பட்டு மாண்டான் - காய்ச்சல் என்று கூறப்பட்டது. மற்றோர் பிரபுவுக்கு நேரிட்ட கதி, பிரான்சையே நடுங்க வைத்தது. காலே எனும் அந்தப் பிரபுவின் தலை சீவப்பட்டு, கோலில் செருகப்பட்டு, சதுக்கத்தில் காட்சியாக வைக்கப்பட்டது. உடல் நாலு கூறாக்கப்பட்டு, ஊரின் நான்கு நுழைவு வாயில்களிலும் தொங்க விடப்பட்டன!

தேவலாய அதிபராக வாழ்க்கையைத் துவக்கியவரின் கருணை நிரம்பிய உள்ளம் இது! இப்படியா, என்று கேட்டால், அரசுக்காக! பிரான்சுக்காக! என்ற ஒரே பதில்!

காலே என்பவனுடைய தலை சீவப்பட்டது என்றால், எவ்வளவு காட்டுமிராண்டித் தனமான முறையில் - தலைவெட்டு வதற்குத் தக்க ஆள்கிடைக்கவில்லையாம், எனவே இரு கைதிகள் இந்தக் காரியத்துக்கு அமர்த்தப்பட்டனர். ஊதியம், விடுதலை! கோடரி கொண்டு இருபத்து ஒன்பது தடவை வெட்டிய பிறகே கழுத்துத் துண்டிக்கப்பட்டதாம். எல்லாம் அரசுக்காக! என்றான் ரிஷ்லு, ‘ஆமென்’ என்றான் மன்னன்.

பயங்கரமும் கொடுமையும் நிரம்பிய முறையிலே நடைபெற்ற நடவடிக்கைகள் பலப்பல.

மக்களை வாட்டி வதைப்பவன், ஏழைகளை ஏய்த்தவன், சர்க்கார் பொருளைச் சூறையாடினவன், ஆலயச் சொத்தை அபகரித்தவன், போன்ற ஒரு ‘குற்றவாளி’ கூட ரிஷ்லுவின் கண்ணுக்குத் தெரியவில்லை! அப்படிப்பட்டவர்களை, குற்றவாளிகள் என்று கருதினால்தானே! ரிஷ்லுவின் கண்களுக்கு ஒரே ஒருவகையான குற்றவாளி மட்டுமே தெரியும் - தன் ஆதிக்கத்துக்குக் குறுக்கே நிற்பவன்! அதுதான், பெருங்குற்றம் - மற்றவை, ரிஷ்லுவின் கவனத்துக்கு உரியன அல்ல!

லைனஸ் இறந்துபட்ட பிறகு, மன்னன் பொழுது போக்குக்காகவேனும், தன் இல்லக்கிழத்தி ஆன் ராணியை நாடினானா! இல்லை! தன்னைச் சுற்றிலும், அழகு மங்கையரை உலவச் செய்து, ஒருவிதமான திருப்தி பெறுவான். களியாட்டம் மன்னனுக்குப் பிடிக்காது. அணங்குகள் அங்கும் இங்கும், ஆடியும் அசைந்தும், சிரித்தும்

உபசரித்துக் கொண்டும் இருப்பர், இடையே மன்னன் இருப்பான்.

மன்னனுடைய பிரத்யேகமான 'அன்பு' ஓர் அழகிக்குக் கிடைக்கும், பிறகு வேறோர் வனிதைக்கு மாறும், ஆனால் எந்த அணங்கையும், மன்னன் காமக் கருவியாக்கிக் கொள்வதில்லை, வெறும் பொழுதுபோக்கு!

கணவனிருந்தும் விதவையாக இருந்த ஆன், தன் அழகையும் இளமையையும் வெறுத்தபடி, ஒதுங்கியே வாழ்ந்து வந்தாள்.

சுழல் கண்ணழகியும், கீத மொழியினளும், மன்னனைச் சுற்றி வட்டமிட்டுக் கொண்டிருப்பதும், ஆன் அரசியை மன்னன் அநியாயமாக ஒதுக்கிவைத்திருப்பதும் ரிஷ்லுவுக்குத் தெரியும்; தெரிந்தது! அந்த நிலை நல்லதுதான் என்று எண்ணிக் கொண்டான். ஆன் அரசியுடன் காதல் வாழ்க்கை நடத்த ஆரம்பித்தால்! மன்னன் அவள் வசமாகிவிட்டால்! தன் நிலைக்கு என்ன ஆபத்து நேரிடுமோ, யார் கண்டார்கள்! ஆன் அரசி, மேரிபோலாகி விட்டால்? ஆன் அரசிக்கு வேண்டியவர்களுக்கு ஆட்சிப் பொறுப்புத் தரப்பட்டுவிட்டால்? இப்படி எல்லாம் எண்ணிய ரிஷ்லு, மன்னனின் மணவாழ்க்கை மலருவது கூடாது என்று விரும்பினான்.

கணவன் மனைவிக்கு இடையே கலகமூட்டி, பிரித்து வைத்துப் பெருங்கேடு செய்கிறான் ஆதிக்க வெறியன் என்று சிலர் குற்றமே சாட்டினார்கள்.

அணங்குகளுடன் கொஞ்சிக் குலவட்டும், மனத்துக்கு மகிழ்ச்சி தேடிக் கொள்ளட்டும், ஆனால் எந்த மைவிழியாளிடமும் மன்னன் மனத்தைப் பறிகொடுத்துவிடக் கூடாது என்பது ரிஷ்லுவின் எண்ணம். மனத்துக்கு

மகிழ்ச்சியே கிடைக்காவிட்டால் மன்னன், காரணமற்ற கோபம், சிரிப்பு, சோகம் ஆகியவற்றுக்கு ஆட்பட்டுவிடுவான். - அதுவும் தொல்லையாகிவிடும். ஒருவேளை, பொழுது போக்கே இல்லாத நிலையில் ஆட்சிக் காரியங்களையே கவனிக்கத் தொடங்கிவிடக் கூடும் - அது தொல்லை மட்டுமல்ல. ஆபத்துங்கூட! எனவே மன்னன், ஆடிப்பாடி மகிழவேண்டும், அதற்கு ஏற்ற அழகு மங்கையர் அவன் அருகில் இருக்க வேண்டும் - இந்த ஏற்பாடும் ரிஷ்லு கவனித்துக் கொள்ள வேண்டும், வேறு எவனாவது இந்தத் துறையில் ஈடுபட்டு, மன்னனிடம் தோழமையைப் பெற்றுவிடு வதும், பேராபத்தாகுமல்லவா!'

ரிஷ்லு, மன்னனுக்கு இந்த ஏற்பாடு செய்துதரக் கூடியவன் என்ற எண்ணம் பலமாக ஊரில் பரவி இருந்ததால், கதைகள் பல, அவன் காலத்திலும், பிற்காலத்திலும் கட்டிவிடப்பட்டன. நடிகை ஒருவத்தியைச் சீமாட்டி வேடமிட்டு மன்னனைச் சொக்கச் செய்யும் ஏற்பாடு செய்தான் ரிஷ்லு, என்ற கதைபோல் பலப்பல, இதனினும் மோசமான கதைகள் கட்டிவிடப்பட்டன - மக்கள் அவற்றை விரும்பிக் கேட்டனர். சந்தேகமின்றி ஏற்றுக் கொண்டனர். டுமாஸ், ஹ்யூகோ எனும் கதாசிரியர்கள், ரிஷ்லுவைக் குறித்தும் அவன் கால நிகழ்ச்சிகளைப் பின்னியும் வகை வகையான கதைகள் தீட்டினர். அவற்றை வரலாற்றுச் சம்பவங்களுக்கு ஒப்ப மதிப்பளித்து மக்கள் வரவேற்றனர். ரிஷ்லுமீது மக்களின் வெறுப்புணர்ச்சி ஏறியவண்ணம் இருந்தது.

மேரியை ரிஷ்லு அடியோடு மறந்தே விட்டான் - அலட்சியப்படுத்தினான். அவள் சகாப்தம் முடிந்துவிட்டது என்று தீர்மானித்தான். மன்னன், தன் சொற்கேட்டு ஆடும் போது, மேரியின் ஆதரவு ஏன்! மேரியோ, மன்னனைப் போல, ஒதுங்கி இருப்பவளல்ல, அதிகாரத்தில் ஆவல் உள்ளவள். எனவே அவளை அருகே இருக்க விடலாகாது.

பிரபுக்கள் பீதிகொண்டு ஒதுங்கிக் கொண்டனர். மேரி விரட்டப்பட்டுவிட்டாள்; மன்னனின் இளவல் தலையில் தட்டி உட்காரவைக்கப்பட்டான்; ஆன் காதலறியாது கண்ணீர் பொழிந்தபடி கிடந்தாள்!

அரச குடும்பத்தை இந்த நிலையில் வைத்துவிட்டு, ரிஷ்லு, தன் ஆதிக்கத்தை உச்சநிலைக்குக் கொண்டு சேர்த்தான்.

கத்தோலிக்கர்கள் ரிஷ்லுவின் உயர்வுகேட்டு, மகிழ்ந்தனர், இனிப் பிரான்சில், ஐரோப்பா முழுவதும் கத்தோலிக்க மார்க்கம் நல்ல நிலைமை பெறும் என்று நம்பினர். பேரவையில் ரிஷ்லு இடம் பெற்றதே கத்தோலிக்கரின் ஆதரவினால்தான். எனவே, ரிஷ்லு தங்கள் மார்க்கத்துக்கு அரண் அமைப்பான் என்று எண்ணினர்.

மதத்துறை அலுவலர்களே இனி, ஆட்சியிலே தங்களுக்கு ஆதிக்கம் சிறக்கும், செல்வாக்கு வளரும் என்று நம்பினர். ரிஷ்லுவின் மார்க்க ஏடு அவர்களை மகிழ்வடையச் செய்தது. ஆட்சியிலே இடம் கிடைத்துவிட்டால் இனி ரிஷ்லு, அந்த வாய்ப்பைக் கொண்டு, மார்க்கத்தை மேம்பாட்டையச் செய்யவும், மதத் துறையினருக்கு, செல்வாக்கு மிகுந்திடச் செய்யவும் பாடுபடுவார் என்று எண்ணினர்.

அவர்களின் எண்ணம் பலிக்கவில்லை. ரிஷ்லு பொதுவாக மார்க்கத்தை, சிறப்பாகக் கத்தோலிக்க மார்க்கத்தை மேன்மை அடையச் செய்யவேண்டும், என்பதை நோக்கமாகக் கொண்டில்லை, ஜோசப் பாதிரியாருக்கு, ரிஷ்லுவுக்குக் கிடைத்த வாய்ப்புத் தரப்பட்டிருந்தால், முடிகிறதோ இல்லையோ, அந்த நோக்குடன் பணியாற்றி இருப்பார். ரிஷ்லு அப்படிப்பட்ட எண்ணம் படைத்தவனல்ல.

மார்க்கத் துறையில் இடம்பெற்று, புகழ்பெற்று, அதன் மூலம் ஆட்சித் துறையிலே ஆதிக்கம் பெற வேண்டும் என்பது தான்

ரிஷ்லுவின் திட்டம். ஒவ்வொரு சம்பவமும், ஆதிக்கம் பெற வழிகோலவேண்டும் என்பது ரிஷ்லுவின் எண்ணம். கலம் ஏறிச் செல்வது கடற்காட்சி காணவா! வேறு பொருள் நாடியோ, வேறு இடம் தேடியோ தானே! அதே போலத்தான், ரிஷ்லுவுக்கு, மார்க்கம் ஒரு கலம் - கருவி.

முதல் பேரவைக் கூட்டத்திலே ரிஷ்லு, மதத்துறையினர் சார்பில் முழக்கமிட்டார். உண்மை! ஆட்சியாளர்கள், மதத்துறை யினருக்குத் தக்க இடமளிக்க வேண்டும், அவர்தம் துணையை நாடிப்பெற்று, ஆட்சியைப் புனிதப் படுத்த வேண்டும், என்றெல்லாம் பேசினார். மார்க்கத்துறையினர் மகிழ்ந்தனர், நிமிர்ந்து நடந்தனர்! அப்போது ரிஷ்லு, லூகான் நகர தேவாலய அதிபர்! இப்போது? ஈடு எதிர்ப்பற்ற முதலமைச்சர்!! இந்த வித்தியாசத்தை மற்றவர்கள் உணரவில்லை! ரிஷ்லு இதனை மறக்கவில்லை. ஜெபமாலை தாங்கும் கரம் இப்போது பிரான்சை ஆட்டிப் படைக்கும் கரமாகிவிட்டது! ரிஷ்லுவின் கோபம், எவரையும் பிணமாக்கும், நேசம், செல்வத்தை, செல்வாக்கை பொழியச் செய்யும்! அன்று பேரவையிலே பண்டார ரிஷ்லு பேசியதை, இன்று பட்டத்தரசனைப் பதுமையாக்கி, அரசியல் ஆதிக்கம் நடாத்தும் முதலமைச்சர் ரிஷ்லுவுக்குக் கவனப்படுத்துவதா? என்ன மந்தமதி! அவர்கள் கண்டார்களா, ரிஷ்லுவின் இத்தகைய மனப்போக்கை. அவர்கள் எண்ணிக் கொண்டது. ஒரு சிறந்த கொள்கைக்காக, உத்தம நோக்கத்துக்காக, ஏசுவுக்காக, அரசியல் ஆதிக்கத்தை ரிஷ்லு பயன்படுத்துவார் என்று!

ரிஷ்லு, கொள்கையை முன்னால் வைத்து, கோட்டையைப் பிடிக்கவில்லை. ஒரு முதலமைச்சரின் கொள்கை ‘காவி கமண்டலங்களை’க் கொலுமண்டபத்துக்குக் கொண்டு வந்து, பாதபூஜை செய்வதாகவா இருக்க முடியும்! மற்ற அமைச்சர்கள், கைகட்டி வாய்பொத்தி நிற்க, அதிகாரிகள் குற்றேவல் புரிய, நீதி மன்றங்கள் குறிப்பறிந்து தீர்ப்பளிக்க,

படைவீரர்கள் பகைவர் மீது பாய, ஆட்சிபுரிவது! ஏன் இந்தப் பூஜாரிகளுக்கு இது புரியவில்லை - என்று எண்ணினான் ரிஷ்லு! அவர்களின் கோபத்தை ஒரு பொருட்டாகவும் மதிக்கவில்லை.

அவர்களின் கோபத்தை மட்டுமா, அவர்களின் 'கண் கண்ட தெய்வம்' போப்பாண்டவரின், கோபத்தையே பொருட் படுத்தவில்லை.

பகுதி: 6

வெளிநாட்டு நடவடிக்கை ஒன்றின்போது, போப் விரும்பாத காரியத்தை ரிஷ்லு துணிந்து செய்தார். அவருடைய செல்வாக்கு நிரம்பிய இடத்தைப் படை கொண்டு தாக்கி, அவர் வசமிருந்து இடத்தை விடுவித்தார்! அந்தப் படையும், பிரான்சு நாட்டுடையது அல்ல, பிரடெஸ்ட்டெண்டுக்காரருடையது! அந்தப் படையை ஏவியதுடன், அதற்குப் பண உதவிசெய்து, போர் மூட்டி வெற்றியும் கண்டார் - போப் வெகுண்டார், நமது ஆசியைக் கோரி நின்றவன் செயலா இது என்று பதைபதைத்தார். கார்டினல் ரிஷ்லுவா இப்படிக் கத்தோலிக்க உலகத்தின் தலைவரைத் துச்சமாக எண்ணி எதிர்ப்பது என்று கேட்டார் ரிஷ்லு, கார்டினல் என்ற முறையில் போப்பாண்டவருக்கு அடக்கம், ஆனால், முதலமைச்சர் என்ற நிலையில் போப்பாண்டவர் குறுக்கிட்டாலும், அரசுக்காக, பிரான்சுக்காக, கடமையைச் செய்தாக வேண்டும், என்று பதிலளித்தார் ரிஷ்லு.

கத்தோலிக்கர்களைக் கசப்படையச் செய்ததால், பிராடெஸ்ட்டென்டுகளிடம் கண்ணியமாக நடந்து கொண்டார் போலும் என்று எண்ணிடத் தோன்றும், அப்படி ஒன்றுமில்லை. அவர்கள் பட்டபாடு கொஞ்சமல்ல.

ஹ்யூஜிநாட் என்றழைக்கப்படும் - பிராடெஸ்ட்டென்ட் மக்கள், பிரான்சில் ஒரு பகுதியில், மிக்க செல்வாக்குடன் வாழ்ந்து வந்தனர். அரசுக்குள் அரசுபோல், அவர்கள் தனிக்கோட்டைகள், தனிப்படைகள், தனி நகர ஆட்சிகள் அமைத்து கொண்டு வாழ்ந்தனர் ஒப்புக்கு, பிரான்சு மன்னனுடைய ஆட்சிக்கு உட்பட்டிருந்தனர்.

இந்த நிலைமையை ரிஷ்லு எதிர்த்தார். பிராடெஸ்ட்டென்டுகளின் கோட்டை ஊரான லாரோகேல் என்னும் இடத்தை முற்றுகையிட்டுத் தாக்கி, சின்னபின்னமாக்கினார். அந்தப் போரின்போது கார்டினல் ரிஷ்லு இரத்த வெறி கொண்டலையும் இராணுவத் தலைவனாகக் காட்சி தந்தது கண்டு, இவரா, அறநூற்களைப் படித்தவர், ஐயன் அடியராக இருந்தவர், என்று எவரும் கேட்டிருப்பர்.

லாரோகேல் கோட்டை முற்றுகையின்போது, ஆங்கில அரசு பிராடெஸ்ட்டென்டுகளுக்குத் துணை புரிவதாக வாக்களித்தது - ஓரளவு உதவிபுரிந்தது - உதவிக்கு வந்த கப்பற் படையை ரிஷ்லு முறியடித்து. லாரோகேல் கோட்டையை வளைத்துக் கொண்டான். சொல்லொணாக் கஷ்டப்பட்டனர் பிராடெஸ்ட்டென்டுகள். பட்டினி, ரிஷ்லுவின் படையைவிடக் கொடுமை விளைவித்தது. புல் பூண்டுகளும் கிடைக்கவில்லை. செருப்புத் தோலைக்கூட வேக வைத்துத் தின்றார்களாம் - அந்த வீரமக்கள் எலும்புந்தோலுமாயினர் - நோய் சூறையாடிற்று - முதியவர்கள் மாண்டனர். குழந்தைகள் இறந்தன. கொடுமையின் விளைவு சொல்லுந்தரத்தன்று. பணிதவன்றி வேறு வழி இல்லை, பணிந்தனர் - ரிஷ்லு, வெற்றிப்பவனி நடத்தினான் வீழ்ந்துபட்ட மக்களின் கோட்டை ஊரில்; கோட்டை இடித்துத் தள்ளப்பட்டது. கொடி மரங்கள் வெட்டி வீழ்த்தப்பட்டன. உரிமை பறிக்கப்பட்டது - மார்க்கம் எப்படியோ இருக்கட்டும். தொழுகை உமது இஷ்டம்போல் செய்து கொள்ளுங்கள். ஆனால், படை, கொடி, கோட்டை என்று கனவிலும் எண்ணாதீர் என்று உத்தரவிட்டான் ரிஷ்லு. லாரோகேல் கோட்டையைப் பிடிக்க நடத்தப்பட்ட போரின்போது, ரிஷ்லுவின் இதயம், எவ்வளவு கொடுமைகளையும் துணிவுடன் கக்கக்கூடியது என்பது வெளிப்பட்டது.

கத்தோலிக்கரைக் கைகழுவிட்டபோதும் சரி, பிராடெஸ்ட்டென்டுகளைப் பதறப்பதற அடித்தழித்தபோதும் சரி, ரிஷ்லுவின் எண்ணம், மார்க்கக் கொள்கையின் பாற்பட்டதல்ல, ஆதிக்கம் ஒன்றுதான் குறிக்கோள். ரிஷ்லுவின் மொழியில் கூறுவதானால், எல்லா நடவடிக்கையும் அரசுக்காக! பிரான்சுக்காக!

பொன் வேலைப்பாடுள்ள மங்கல் நிற உடை, மார்பிலே நீல நிறக் கவசம், தலையிலே தொப்பி, தொப்பியில் பறவை இறகு, அலங்காரத்துக்கு இடையே உடைவாள், கையிலே பிரம்பு - இது ரிஷ்லு, லாரோகேல் கோட்டைப் போரின்போது. கார்டினல் உடை, களத்துக்கு ஆகாது என்று களைந்துவிட்டு, போர்வீரர்கள் மத்தியில், போர் வீரன் போலவே உலவினான். கார்டினல், கர்த்தரிடம் ஜெபம் செய்து அருள் பெற்று வெற்றியை நாடவில்லை - அது நடவாது என்பது ரிஷ்லுவுக்குத் தெரியும். களம் சென்று, இப்படித் தாக்குக, இப்புறம் பாய்க! என்று இராணுவ முறை கூறிவந்தான். வாலிப வயதில் இராணுவக் கல்லூரியில் கற்ற பாடங்களைப் பயன்படுத்த ஒரு வாய்ப்புக் கிடைத்தது.

லாரோகேல் போரிலே பெருமிதமான வெற்றி கிடைத்ததற்குக் காரணம், ரிஷ்லுவின் திட்டம் மட்டுமல்ல, பிரெஞ்சு படையினர் காட்டிய வீரமும் ஒரு முக்கிய காரணம்; அந்த வீராவேசத்துக்கு காரணம், மன்னன் ஊட்டிய உற்சாகம். மன்னனுக்கு இந்தப் போரிலே உற்சாகம் அதிகமாக இருந்ததற்குக் காரணம், லாரோகேல் கோட்டையினருக்குத் துணைபுரிய வந்த ஆங்கிலக் கப்பற்படைக்குத் தலைமை தாங்கி, பக்கிங்காம் பிரபு வந்தது! அதற்குக் காரணம், ஓர் அரண்மனைச் சம்பவம்!

ஒயில்மிக்கவன், பக்கிங்காம் பிரபு!

ஆங்கில நாட்டுச் சீமான், அரசனுடைய ஆதரவு நிரம்பப் பெற்றவன். அழகு கண்டால், ரசிகனாகிவிடுவான் - ரசிகனானதும், ரசாபாசம் நேரிடும்! களியாட்டத்தில் விருப்பமுடையவன் - கண்டதும் காதல் கொள்பவன் மட்டுமல்ல, எந்தக் கட்டழகியும், தன் கண் தொட்டால் பணிந்து விடுவாள் என்பதிலே அசைக்க முடியாத நம்பிக்கை கொண்டவன். அலங்காரமான உடை, ஆளை மயக்கும் பேச்சு அளவற்ற துணிச்சல்.

லூயி மன்னனுடைய உடன் பிறந்தாள், ஹெனி ரிட்டா, இங்கிலாந்து மன்னன் சார்லசுக்கு மனைவியானாள்.

ஹெனிரிட்டாவை, இங்கிலாந்து அழைத்துச் செல்லும் உயர் தனிக் கௌரவம், பக்கிங்காம் பிரபுவுக்குத் தரப்பட்டிருந்தது. பாரிஸ் வந்தான், அரண்மனையில் தங்கினான், மாடப்புறாவைக் கண்டான். மையல்கொண்டான் நிராகரிக்கப்பட்ட அழகி, நிம்மதியற்ற நங்கை, ஆன், அவன் கண்ணில் தட்டுப்பட்டுவிட்டாள்! போதாதா!! மன்னனோ அவளிடம் முகங்கொடுத்துப் பேசுவதில்லை மங்கையோ, வாடா மல்லிகை என மணம் வீச இருக்கிறாள். ஆரத்தழுவும் உரிமை கொண்டோன் அலட்சியப் படுத்திவிட்டான். ஆரணங்கு, படரும் கொழுகொம்பற்ற கொடியெனத் துவள்கிறாள். கண்களிலே ஏக்கம் இருப்பதும், கவர்ச்சியை அதிகப்படுத்துவதாகவே இருக்கிறது. பக்கிங்காம், தீர்மானித்து விட்டான். ஆன் அரசியை இன்பபுரி அழைத்துச் செல்வது என்று.

பச்சை மயில் பாங்குடன் உலவுகிறது - பார்த்து ரசிக்கும் நிலையிலும் மன்னன் இல்லை! வலைவீசத் துணிந்து விட்டான், பக்கிங்காம்.

தனியே ஒரு நாள், ஆன், அரண்மனைத் தோட்டத்திலே உலவிக் கொண்டிருந்தாள் - உல்லாச புருஷன் அங்குச் சென்றான் - காதலைப் பொழிந்தான் பார்வையால், திடுக்கிட்ட மங்கையை நெருங்கினான். கரம்பற்றினான், இன்ப அணைப்பு, அவளுக்கு இதயத் துடிப்பு, எதிர்பாராச் சம்பவம், எனவே இளமங்கை, அலறிவிட்டாள் - தன்னை விடுவித்துக் கொண்டபடி. ஆன் அலறிய குரல் கேட்டு அணங்குகள் ஓடிவந்தனர்.

"அரசியாரே! அலறினீர்களா."

"யார்? நானா! அலறினேனா?"

"குரல் கேட்டதே!"

"ஆமாம் - செல்வோம்"

எப்படிச் சொல்வாள் நடந்ததை - சாகசக் கள்ளன், சமயம் சரியில்லை, பழம் நழுவிவிட்டது, என்று எண்ணிச் சென்றான்.

நாட்டுக்கு அரசி நாயகன் இளைஞன்! அரண்மனைத் தோட்டம்! அயல்நாட்டான், அணைக்க வருகிறான்! - என்ன அக்கிரமம் - எவ்வளவு துணிவு! என்கதி இதுதானா! - என்று ஆன் எண்ணாமலிருக்க முடியுமா, தனி அறை சென்றான் - மன அதிர்ச்சி குறையுமா! பயம் - பயத்தின் ஊடே கோபம் - இந்த இரு உணர்ச்சிகள் மட்டுந்தானா, இவற்றை விரட்டிய வண்ணம், ஆவல்!

எவ்வளவு துணிவு! என்ன அக்கிரமம்... என்று குமுறிய நெஞ்சம், மெல்ல மெல்ல, எவ்வளவு ஆவல்! என்ன காதல்!! என்று எண்ணலாயிற்று.

தலைபோகும் காரியமாயிற்றே, என்பது தெரியாதா - தகாத காரியம் என்பதும் தெரியாதா - தெரிந்தும், ஏன், அவன் என்னைக் கரம்பிடித்திழுத்தான்! அவ்வளவு காதல்!! துணிந்து செய்தான்! அணைத்துக் கொண்டானே, என்னை - நான் விடுவித்துக் கொள்ளாதிருந்தால்?... செச்சே! கெட்டவன், போக்கிரி, எதுவும் செய்வான் அவன். ஆமாம்! காதலால் தாக்கப் பட்டவர்களுக்குத்தான் கண் தெரியாதாமே!... அவன் அணைத்துக் கொண்டபோது என் உள்ளம் எவ்வளவு பதறிற்று - உடல் மட்டும் ஏனோ பதறவில்லை - ஏனோவா? - அவன்தான் ஆரத்தழுவிக் கொண்டானே! ஆன் அரசியின் உள்ளம் எதைத் தான் தள்ளும். கண்ணைத் திறந்தபடி இருந்தாலும் மூடினாலும், தனி அறையில் இருந்தாலும், சேடியருடன் இருந்தாலும், இசை கேட்டுப் பொழுது போக்கினாலும், வானத்தைக் கண்டு மகிழ முயன்றாலும், அவனல்லவா வந்துவிடுகிறான்! ஆரத் தழுவுகிறான்!! ஆருயிரே!! என்கிறான். இது நாள்வரை கேட்டறியாத கீதம் உணர்ந்தறியாத இன்பம்! பொல்லாதவன், நல்ல உள்ளத்தைக் கெடுத்தே விடுவான் போலிருக்கிறதே - எங்கே அவன் இப்போது - என்ன செய்கிறான் - மறுத்தேன் என்பதால் மருண்டோடி விட்டானா - அதே மலர்த்தோட்டத்திலே உலவுகிறானா - நான் வருவேன் என்றா - பேதை உள்ளம் என்னவெல்லாமோ எண்ணிற்று. அவன் வென்று விட்டான் - அவள் பணிந்து விட்டாள். உள்ளம் பணிந்து விட்டது. உடனிருந்த தோழி, அவள் உள்ளமறிந்து, பக்குவமாகப் பாகுமொழி பேசினாள். பிரபு அழைக்கப்பட்டான் - மஞ்சத்துக்கு! கொஞ்சு மொழி பேசினான்! அவள் மஞ்சத்தில் சாய்ந்து கொண்டிருக்கிறாள் - அவள் கீழே முழங்காற்படியிட்டபடி, மயக்க மொழி பேசுகிறான்! அவன் இருக்கும் இடத்தில், நிலையில் மன்னன் மட்டும் இருந்தால்! மன்னனா! அவனா என் மணாளன்? ரிஷ்லுவின் அடிமைக்கு ஒரு மங்கையின் உள்ளத்துக்கு இன்பமூட்டும் பண்புமா இருக்கும். என்னைப் பட்டினி போட அல்லவா, இந்த அரண்மனையில் சிறை வைத்தான் - இதோ வந்திருக்கிறான்

வீரன், விடுதலை கிடைக்கும், வாழ்வு கிடைக்கும்! ஆன் எண்ணாத எண்ணமில்லை.

விருந்து கிடைத்தது பிரபுவுக்கு! என்கிறார்கள் - இல்லை என்றும் கூறுகிறார்கள். பக்கிங்காம் - ஆன் காதலாட்டம் பற்றிய பேச்சு, அரண்மனையில் மட்டுமல்ல, மாளிகைகளிலே, கடை வீதிகளிலே, பிரான்சிலே மட்டுமல்ல, இங்கிலாந்திலே உல்லாச உலகெங்கும் கிளம்பிற்று.

அந்தப் பக்கிங்காம், நூறு கப்பல்களுக்குத் தலைவனாக வருகிறான். லாரோகேல் கோட்டையினருக்குத் துணை புரிய! பிரெஞ்சு மன்னன், அவனுடைய முயற்சியை முறியடிக்க வேண்டுமென்பதிலே அளவற்ற ஆர்வம் கொண்டதிலே ஆச்சரியம் என்ன!

பக்கிங்காம், காதலில் பெற்றிருந்த திறமையின் அளவுக்குப் போரிலே பெற்றிருந்து, லாரோகேல் கோட்டைப் போரில், பிரெஞ்சு மன்னனை முறியடித்திருந்தால்? ஏதேதோ நடைபெற்றிருக்கும். அலங்காரக் கப்பலொன்றிலே, அணங்குகள் ஆடிப்பட, மகிழ்வோடு அவர் நடுவே ஆன் வீற்றிருக்க, பக்கிங்காம் காதல் பொழியும் கண்களுடன் அவளைக் கண்டவண்ணம், இங்கிலாந்துக்குப் பயணமே செய்திருக்கக் கூடும். அந்நாள், அரச குடும்பங்களிலும், பிரபு குடும்பங்

களிலும், இத்தகைய சுவைக்கு, அளவும், வகையுமா இருந்தது! கணக்கில்லை!!

பிராடெஸ்டென்டுகளை எதிர்த்து நடத்தப்படும் போர் இது; புனிதப்போர்! - என்று பேசி, கத்தோலிக்கர் மனத்தில் கனலை மூட்டிவிட முடிந்தது ரிஷ்லுவால்! கத்தோலிக்கருக்கு நீ செய்த நன்மை என்ன? காட்டிய சலுகை யாது? என்று யாரும் கேட்கவில்லை. அவர்கள் பிராடஸ்டெண்டுகளை அழித்திடப்

போரிடுவது ஐயன் அருளுக்குப் பாத்திரமாகும்வழி என்று கருதினர்; மடாலயங்கள் போர்ச் செலவுக்குப் பொருளை அள்ளிக் கொடுத்தன; இந்தப் புனிதப் போரிலே ஈடுபடுவோரின் பாவங்கள் துடைக்கப்பட்டுவிடும் என்று போப்பாண்டவரின் ஸ்ரீமுகம் பிறந்தது; ரிஷ்லு, களிப்புடன் களம் புகுந்து காரியத்தைக் கவனிக்கலானார், போர் வீரன் உடையில்!

கத்தோலிக்க மார்க்கப் போதகர், பிராடெஸ்டெண்டு தத்துவத்தைக் கண்டதுண்டமாக்கியவர், ரிஷ்லு, இவர் தொடுக்கும் இந்தப் புனிதப் போர், முதல் கட்டம், இதிலே கிடைக்கும் வெற்றி, வேறு பல வெற்றிகளுக்கு வழி செய்யும். ஐரோப்பாவில், பிராடெஸ்டெண்டு பூண்டே இல்லாது ஒழித்துக் கட்டப் போகிறார் என்று கத்தோலிக்கர் எண்ணிக்கொண்டனர்; ரிஷ்லு இதைக் கண்டு மகிழ்ச்சி கொண்டார்; மந்த மதியினர் அவருடைய உண்மையான நோக்கத்தைக் கண்டுகொள்ளவில்லை; கத்தோலிக்க மார்க்க ரட்சகர், என்று அவர்கள் ரிஷ்லுவைக் கொண்டாடினர். அவருடைய நோக்கம், கத்தோலிக்கரின் செல்வாக்கை வளர்த்திட பிராடெஸ்டென்டுகளை ஒழித்திடவேண்டும் என்பதல்ல, ஆட்சியைத் தன் முன்னின்று நடத்திச் செல்லும்போது, பிரான்சிலே ஒரு பகுதியினர், அடங்க மறுப்பதா! என்ன துணிவு! இவர்களை ஒழித்துக் கட்டாவிட்டால், நம் மதிப்பு என்ன ஆவது! - இது ரிஷ்லுவின் எண்ணம்.

பதினைந்து திங்கள் முற்றுகை! உள்ளே ஒரு பொருளும் போக முடியாது! பட்டினி போட்டுச் சாகடிக்கும் முறையிலே. போர் இருந்தது! சித்திரவதைக்கு ஆளாக்கப் பட்டனர்! தன்மானம், நிமிர்ந்து நிற்கச் சொல்கிறது, பசியோ, பணிந்துவிடு! என்று தூண்டுகிறது! உள்ளே இப்படி அடைபட்டுச் சாவதைவிட, போரிலே, தாக்கி, தாக்குண்டு இறந்துபடுவது எவ்வளவோ மேலாக இருக்குமே என்று எண்ணினர் அந்த மக்கள். பழைய

செருப்புத் தோலைக்கூட வேகவைத்துத் தின்றனராம், எலும்புத் தோலுமாகிப் போன நிலையில்! இந்த அவதி பற்றி, லூகான் ஆலய அதிகாரியாக இருந்த ரிஷ்லுவுக்குத் துளியேனும் இரக்கம் ஏற்பட்டதாகத் தெரியவில்லை! உள்ளே அல்லல் அதிகமாகிவிட்டது. அவதிப்படுகிறார்கள் என்று சேதி கிடைத்ததும், அவருடைய உள்ளம், சரி! பயல்கள் இன்னும் சில நாட்களில் பணிந்துவிடுவார்கள்! நாம் மேலும் ஓர் வெற்றி பெறுவோம், நமது புகழொளி பரவும் என்று எண்ணி மகிழ்ந்தார்.

ஆஸ்திரிய அரச குடும்பத்தின் செல்வாக்கைக் குலைக்கும் திட்டம் ரிஷ்லுவுக்கு உண்டு. இதற்காகச் சமர் நடத்தினான், வெற்றி கிடைத்தது. சவாய் பரம்பரைக்கும், ரிஷ்லுவின் போக்கினால் கஷ்டம், நஷ்டம். இவற்றின் பயனாகப் பிரெஞ்சு மக்களுக்கு ஏதேனும் நலன் கிடைத்தா என்றால், இல்லை; ரிஷ்லுவின் கண்களுக்கு மக்கள் தெரியவுமில்லை.

ரிஷ்லுவின் நிலை உயர உயர, பகையும் வளரத்தான் செய்தது - ஒவ்வொரு பகையையும் பயங்கரமான முறையிலே முறியடித்து வந்தான். ஒற்றர்கள், அவனுக்குக் கண்கள், காதுகள்! எந்த நேரத்திலும் ஆபத்து நேரிடலாம் என்ற அச்சம்; எனவே ரிஷ்லு. ஆயுதம் தரித்த காவலாட்களினின்றி வெளியே செல்வதில்லை. எந்த மாளிகையிலே பேசப்படும் விஷயமும், ரிஷ்லுவுக்கு எட்டிவிடும். எனவே, முன்னேற்பாடுகள் செய்வது எளிதாகவும் வெற்றிகரமாகவும் முடிந்தது, இவற்றுக்காகப் பெரும் செலவு - அரசாங்கப் பணத்திலிருந்து, அரசுக்காக பிரான்சுக்காக! என்ற மந்திரச் சொல்லைக் கூறியபடி, மட்டற்ற கொடுமைகளைச் செய்துவந்த ரிஷ்லு, அரசனையும் மிஞ்சக் கூடிய செல்வம் சேகரித்துக் கொண்டான். ஏழைக் கோவிலுக்குப் பூஜாரியாக இருந்துவந்த ரிஷ்லுவிடம் ஏராளமான செல்வம், இணையற்ற மாளிகை. ஆடம்பரமான வண்டி வாகனங்கள், காலாட்படை, குதிரைப் படை! பாடகர்கள்! பணியாட்கள்! உறவினர்களுக்கு உயர் பதவி தரக் கூசவில்லை. ஊரார் பார்த்து, இவ்வளவு செல்வம் எப்படிக் கிடைத்தது. என்று கேட்பார்களே என்று

எண்ணவுமில்லை. பொன் அவன் காலடியிலே வந்து வீழ்ந்தது! நாடோ, ஏழ்மைப் படுகையிலேயே இருந்தது.

மன்னன் சிரித்தால், உடன் சிரிக்க வேண்டும், சோகமாக இருந்தால் சோகமடையவேண்டும். பேசுவதை கேட்டுக் கொள்ளவேண்டும். ஆர்வம் அதிகம் இருப்பதாகக் காட்டிக் கொள்ளவேண்டும் - இவ்வளவுதான் மன்னன் தன்னுடன் பழகிய பாவையிடம் விரும்பியது.

பாரிஸ் நகரிலேயே நிகரற்ற அழகி என்று புகழப் பட்ட ஹாடிபோர்ட் என்பாளிடமானாலும் அவளிடம் மனத்தாங்கல் கொண்டபோது கிடைத்த பாயேடி என்பவளானாலும், எந்த மங்கையிடமும், மன்னன் பழகியது இந்த முறையிலேதான். ரிஷ்லுவுக்கு இதிலே மிகுந்த திருப்தி. கெண்டை விழி மாதரிடம் மன்னன் மற்றவர்கள் போலப் பழகிவிட்டால், ஆபத்தல்லவா!

இந்த ஹடிபோர்ட், பாயேடி, எனும் இருவருமே, ரிஷ்லுவின் போக்கை உணர்ந்தனர் - வெறுத்தனர். கணவனுக்கும் மனைவிக்கும் இடையே, ரிஷ்லுதான் வெறுப்பை மூட்டிவிட்டான் என்று கண்டித்தனர். தங்களிடம் பழகுவதால், தாங்களே மன்னனிடம் மெல்ல மெல்ல உண்மையைச் சொல்லலாம், ஆன் நல்ல நிலைமைக்கு வர உதவி புரியலாம் என்று முயன்றனர், முடியவில்லை.

ஹாடிபோர்ட், ஆன் சார்பாக மன்னனிடம் பேசத் தொடங்கியதும், மன்னன் கோபங்கொண்டு, அவளை விட்டு விலகினான். பிறகு, ஜோசப் பாதிரியின் உறவினளான, அந்த மங்கை, ரிஷ்லுவுக்கு விரோதமாக மன்னனைத் திருப்ப முயன்றாள். பலிக்கவில்லை. அந்த மங்கையைக் கொண்டு மன்னனைத் தங்கள் வலைக்குள் போடலாம் என்று சிலர் முயன்றபோது, அவள் அதற்குள் இடம் தராமல், கன்னி மாடம் சேர்ந்துவிட்டாள். அவள் கன்னிமாடம் சேர்ந்தபிறகு கூட, மன்னன் அங்குச் சென்று, மணிக்கணக்காக அவளிடம்

பேசிக் கொண்டிருப்பானாம். அப்போதும் அந்தப்பாவை, ரிஷ்லுவின் பிடியிலிருந்து மன்னன் விடுபடவேண்டும் என்பதையே வலியுறுத்தி வந்தாளாம் - இதனால் வெறுப்படைந்த மன்னன், கன்னிமாடம் செல்வதையே நிறுத்திக் கொண்டானாம். ரிஷ்லுவுக்கு எதிராக எவரேனும் ஏதேனும் சொன்னாலும், கேட்பதற்கு மன்னன் விரும்புவதில்லை. அவ்வளவு பற்று ஏற்பட்டுவிட்டது. ரிஷ்லுவுக்கு இந்தத் துணை இருக்குமட்டும் மற்றவர்களைப் பற்றிக் கவலை என்ன! மேரி அம்மையை அறவே புறக்கணித்தான் - அம்மையின் மனத்திலேயோ, பகை முழு வடிவெடுத்தது. சமயம் வரவில்லை.

பகுதி: 7

மன்னன், ஒரு சமயம் நோய்வாய்ப்பட்டான் - ஆபத்தான நிலைமை - மருத்துவர்களே, கடினம் என்று கூறிவிட்டனர். மகன் மரணப் படுக்கையில், அன்னைக்கு அகமகிழ்ச்சி! மகனிடம் கொண்ட வெறுப்பாலா? அது காரணமல்ல. எவ்வளவு வெறுப்பு இருப்பினும், பாசம் விடுமா, மகனை இழக்கத் தாய் விரும்புவாளா? காரணம், வேறு. மன்னன் இறந்துவிட்டால், ரிஷ்லுவைத் தொலைத்து விடலாம் என்ற எண்ணம், அகமகிழ்ச்சியைத் தந்தது. ரிஷ்லுவின் கொடுங்கோன்மைக்கு ஆளாகி அவதிப்பட்டவர்கள் அனைவருமே, இந்த நிலையை எதிர்பார்த்துக் கொண்டிருந்தார்களாம்.

மன்னன் இறந்ததும், ரிஷ்லுவை வெட்டிப் போடுவதா, நாட்டைவிட்டு விரட்டுவதா?

ரிஷ்லு தொலைந்ததும், யாரார் எந்தெந்தப் பதவி வகிப்பது!

இவையெல்லாம் கூடப் பேசப்பட்டனவாம்.

ரிஷ்லுவுக்கும் உள்ளூரப் பயம்தான்.

மன்னனோ அனைவரையும் ஏமாற்றிவிட்டான் - பிழைத்துக் கொண்டான். ரிஷ்லு, மகிழ்ந்தான் - சதிபேசியவர்கள் மீது பாய்ந்தான்.

மற்றோர் சமயத்தில், மன்னனுக்கும் மேரிக்கும் மிகுந்த நேசம் இருந்தது - மன்னனுக்குச் சரியான தூபமிட்டும், ரிஷ்லுவை விரட்டிவிடும்படி ஏவினார்கள் தாயார். தாயும் மகனும் பேசிக்

கொண்டிருந்த தனி அறைக்குச் செல்லவும் ரிஷ்லுவுக்கு அனுமதி கிடையாது. ரிஷ்லுவுக்கு அச்சமாகிவிட்டது. எனினும், கடைசி நேரத்திலே மன்னன் ரிஷ்லுவைக் கைவிட மறுத்து

விட்டான். மேரி மனமுடைந்து, இனி நமது திட்டம் பலிக்காது என்று தெரிந்துகொண்டு ஓய்ந்தே போனாள்.

அவ்விதமான 'பிடி இருந்தது ரிஷ்லுவுக்கு. மன்னனிடம்'.

எந்த மங்கையின் விழியும் மொழியும் மன்னனுக்கு மது ஆகிவிடுவதில்லை, என்பது ரிஷ்லுவுக்குத் தெரிந்திருந்த போதிலும், இலேசாக அச்சம் தட்டியபடி இருந்தது.

முன்னம் இரு மங்கையர் மன்னன் மனத்தைக் கெடுக்க முயன்ற சம்பவம். இந்த அச்சத்தை வளர்த்தது. எனவே, மன்னனைப் பெண்களுடன் பழகவிடுவது, எப்போதாவது ஆபத்தாக முடிந்து விடக்கூடும் என்று எண்ணினான் ரிஷ்லு, ஆனால் மன்னன், தனியனாக எப்படி இருப்பான்; சோர்வு தட்டுமே! பொழுது போக்க வேண்டுமே! அதற்கென்ன செய்வது!

பதினெட்டு வயது நிரம்பிய, பார்க்க இலட்சணமாக இருந்த பகட்டு வாலிபன் ஒருவன் கிடைத்தான் ரிஷ்லுவுக்கு. பெயர் சின்க் - மார்ஸ். இந்த இளைஞனை அரண்மனை உடை அதிகாரியாக ரிஷ்லு நியமித்தான். மன்னனுடன் பழக, சின்க் - மார்ஸ், எனவே அவனிடம் தாராளமாகப் பேசவும், தன் எண்ணங்களைத் தைரியமாக எடுத்துச் சொல்லவும் மன்னனுக்கு முடிந்தது - அதிலே ஓர் இன்பம் கண்டான். பெண்களுடன் பழகுவது கூடக் கூச்சமாக இருக்கிறது, இவனுடன் பேசுவதும் பழகுவதும் மகிழ்ச்சி தருகிறது என்று நினைத்தான் மன்னன்.

சின்க் - மார்ஸ், ஓர் அசடன். ரிஷ்லுவிடமிருந்து மன்னனைப் பிரித்துவிட முடியும், மன்னனைத் தன் விருப்பப்படி ஆட்டிவைக்க முடியும் என்று எண்ணினான். சதி புரிவோர், அவனைப் பயன்படுத்திக் கொண்டனர். மன்னனின் தம்பி, காஸ்டனும் உடந்தை.

அதுபோது, ரிஷ்லு, ஸ்பெயின் மீது போர் தொடுத்திருந்தான்.

உடலிலேயோ புண் - சீழ் வடிந்து கொண்டிருந்தது - காய்ச்சல் குறையவில்லை - மருத்துவர் உடலிலிருந்து அடிக்கடி இரத்தத்தை வெளியிலே எடுத்தவண்ணம் இருந்தனர். நோயைக் குறைக்க. மரணப்பாதையிலே சென்று கொண்டிருக்கும் நேரம் அந்த நேரத்திலும், தன் ஆதிக்கத்தைக் குலைக்க ஒரு சதி நடக்கிறது என்று தெரிந்ததும், ரிஷ்லு சீறும் புலியானான். சதியிலே தேர்ந்தவர்களெல்லாம் சாய்ந்திருக்கும்போது, அலங்காரப் பொம்மை போன்ற சின்க் - மார்ஸ் எம்மாத்திரம். அவன் தன் திட்டம் வெற்றியாகப் போகிறது என்று மனப்பால் குடித்துக் கொண்டிருந்தான். ரிஷ்லுவோ அவனைச் சிக்கவைக்கும் ஆதாரங்களைத் திரட்டிக் கொண்டிருந்தான்.

சின்க் - மார்ஸ், மன்னனுடன உல்லாசமாகப் பயணம் செய்து கொண்டிருக்கிறான். ரிஷ்லுவின் ஆள், மன்னனைத் தனியே கண்டு, ரிஷ்லு தந்த கடிதத்தைக் கொடுத்தான் - மறுகணம், சின்க் - மார்ஸ் அவன் ‘சகாக்களுடன், கைது செய்யப்படுவதற்கு, மன்னன் உத்தரவு பிறப்பித்தான்.

ஸ்பெயின் நாட்டுடன் கூடிக்கொண்டு பிரான்சுக்குத் துரோகம் செய்ய, சின்க் -மார்சும் அவன் துணைவர்களும் திட்டமிட்டனர் என்பதை விளக்கும், கடிதம், ரிஷ்லுவால் மன்னனுக்கு அனுப்பட்டது. சின்க் - மார்ஸ் கட்டிய மனக்கோட்டை தூள்தூளாயிற்று.

சின்க் - மார்சும் அவன் துணைவர்களும் தூக்கிலிடப் பட்டனர்.

ரிஷ்லுவுக்கு இதற்குமேல் ஆதிக்கம் செலுத்த உடல் இடம் தரவில்லை. எப்போதும் உடலைத் துளைத்துக் கொண்டிருந்த நோய், இப்போது உடலை அழுகவே செய்துவிட்டது. பிழைப்பது முடியாத காரியம் என்பது விளங்கிவிட்டது. நார்போன் எனும் நகர் சென்று, ரிஷ்லு, 'உயில்' எழுதிவைத்து விட்டான். மரணத்தை எதிர்பார்த்துக் கொண்டிருந்தான்.

ஏறக்குறைய எல்லா ஏற்பாடுகளும் செய்தாகிவிட்டது என்ற திருப்தி இருந்தது ரிஷ்லுவுக்கு.

நெடுநாட்களாக ரிஷ்லுவுக்கு இருந்து வந்த பயம், லூயி மன்னனுக்கு குழந்தையே பிறக்காததால், மன்னனுக்குப் பிறகு, காஸ்டன் என்னும் இளவல் மன்னனாவானே, என்பது. இந்தப் பயம், ஒழிந்துவிட்டது. நீண்டகாலமாக ஒதுக்கி வைத்திருந்த ஆன் அரசியிடம், மன்னன் எப்படியோ சமாதானமானான். 1638இல், ஓர் ஆண்மகவு பிறந்தது. அந்தச் 'சேதியை முதலில் வந்து சொன்னவருக்கு, ரிஷ்லு வைரத்தால் செய்யப்பட்ட ரோஜா மலர் ஒன்று பரிசு தந்தானாம்.

மரணப் படுக்கையிலே ரிஷ்லு - மனக்கண்முன் என்ன தெரிகிறது!

ஈடு எதிர்ப்பற்ற ஆதிக்கம் செலுத்திய காட்சிகள்.

எவர் பேச்சுக்கும் இணங்காமல், தன்னிடம் கட்டுப் பட்டுள்ள மன்னன்.

மேரி - முயன்று பார்த்துத் தோற்று, மனம் உடைந்து அங்கும் இங்கும் அலைந்து மாண்டேபோனாள்.

காஸ்டன் - மன்னன் தம்பி, இனித் தனக்கும் அரச பதவிக்கும் சம்பந்தம் இல்லை என்பது புரிந்து விட்டதால், பெட்டியிலிட்ட பாம்புபோலாகிவிட்டான்.

எதிர்த்தவர்கள்? கல்லறையில்! ஜோசப் பாதிரியார்? நல்ல உழைப்பாளி. அவரும் மறைந்துவிட்டார்.

லூகான் நகர பழங் கட்டிடம், அதிலிருந்து புறப்பட்ட பயணம், பாரிஸ் போற்றும் மாளிகையிலே வந்து முடிந்தது.

ரிஷ்லுவின் வாழ்க்கையைப் பொறுத்தமட்டிலே, மகத்தான வெற்றி என்றுதான் கணக்கிடவேண்டும்.

போட்ட திட்டப்படி காரியம் நடந்தேறியது - ஓர் அரசை, தன் கரத்திலே வைத்து, விருப்பப்படி விளையாட முடிந்தது.

பிரபுக்கள் கொட்டமடங்கிவிட்டது. வெளிநாடுகளிலேயும் புகழ் பேசப்படுகிறது. இவை போதுமான சாதனைகள்தாம் என்ற மனத்திருப்தி நிச்சயமாக ரிஷ்லுவுக்கு ஏற்பட்டிருக்கும்.

1642ஆம் ஆண்டு, டிசம்பர் நாலாம் நாள் ‘ரிஷ்லு இறந்தான். அன்று மக்கள் மகிழ்ந்து பல்வேறு இடங்களில் ‘சொக்கப்பானை கொளுத்தினராம்!’

போப்பாண்டவர் இதைக் கேள்விப்பட்டதும், “ஆண்டவன் ஒருவர் இருந்தால், கார்டினல் ரிஷ்லு அவரிடம் பதில் சொல்லித் தீரவேண்டும். ஆண்டவன் இல்லை என்றால், அவன் கீர்த்தியுடன் வாழ்ந்தான் என்றுதான் பொருள்படும்.” என்று கூறினாராம்.

எதையும் திட்டப்படி செய்யும் பழக்கமுள்ள ரிஷ்லு, தனக்குப் பிறகு, தன் ‘செல்வத்தை யாரார் எப்படி எப்படிப் பகிர்ந்து கொள்ள வேண்டும் என்பதையும், திட்டமாக எழுதி வைத்து விட்டுத்தான் மரணத்தை நோக்கிப் பயணமானான்.

எடுத்த காரியத்தை முடித்தே தீருவது என்பது, ரிஷ்லுவுக்கு இருந்துவந்த ஆவேசம் - அந்த ஆவேசத்தின் முன்பு, எந்தப் பண்பும் தலைகாட்டவில்லை.

தன்னைச் சுற்றிலும் பகைவர்கள் இருக்கிறார்கள். எந்த நேரத்திலும் ஆபத்து வரக்கூடும் என்று எண்ணிக் கொண்டதால், யார் எதிர்ப்புக் குரல் கிளப்பினாலும், உடனே அவர்கள்மீது முழு பலத்துடன் பாய்ந்து தாக்கி அழித்துவிடுவதில், காட்டு மிருகத்தின் குணத்தையும் திறத்தையும் ரிஷ்லு பெற்றிருந்தான்.

எத்தகைய சந்தர்ப்பத்தையும் நிகழ்ச்சியையும் தன் ஆதிக்க நோக்கத்துக்குப் பயன்படுத்திக் கொள்வதிலே, ரிஷ்லு காட்டிய ஆற்றல், வெகு சிலரிடமே காணமுடியும்.

ஆதிக்கம் தேடும்போது, ரிஷ்லு, இரை தேடும் புலி! மோப்பம் பிடித்தும், இரை தொலைவில் தெரிந்ததும், பாய்ந்து தாக்கியும், இரத்தத்தைக் குடிக்கும் புலிபோல், ஆதிக்கம் பெற வழி காண்பதிலும், கண்ட வழியில் பாய்ந்து செல்வதிலும், புலி போன்றிருந்தான் ரிஷ்லு.

இரை தேடி அலையும்போது, காட்டு மிருகம், வேறு எதனையும் பொருட்படுத்தாதல்லவா - அதே குணம் ரிஷ்லுவுக்கு இருந்தது.

ரிஷ்லு, சிறுவனாக இருந்தபோது, களைத்தும் இளைத்தும், இருமியும் நடுங்கிக் கொண்டும் இருந்தபோது, அன்புடன்,

அவனை வளர்த்த அருமைத் தாயார், பிணமாகி இருபத்தொரு நாட்களான பிறகே, ரிஷ்லு சவ அடக்கச் சடங்குக்குச் சென்றான். தாயார் இறந்துவிட்டார்கள். உடனே வருக! - சேதி கிடைக்கிறது - பதறவில்லை. பதைக்கவில்லை, பெற்ற தாயைக் காண ஓடவில்லை. சவ அடக்கம் செய்யவேண்டும். உடன் வருக! செல்லவில்லை!! நாலு நாட்களாகக் காத்துக் கிடக்கிறோம், தாங்கள் வந்துதான் சவ அடக்கம் நடைபெற வேண்டும். செல்லவில்லை. அவசரமான அலுவல் - இப்படி அப்படி அசையமுடியாது - தாய் இறந்தார்களா, தாங்கொணாத் துக்கம்தான், ஆனால் என் செய்வது, காரியம் இருக்கிறதே, முடிந்ததும் கடுகிச் செல்லலாம் - என்றுதான் எண்ணினான் ரிஷ்லு.

எப்படி மனம் இடங்கொடுத்தது என்றுதான் எவரும் கேட்பர். ரிஷ்லுவின் மனம் அப்படிப்பட்டது.

ஆட்சிக் குழுவிலே ரிஷ்லுவுக்குச் செயலாளர் பதவி தரப்பட்டது. அப்போதுதான் தாயார் இறந்த செய்தி வந்தது, இருபத்தோர் நாள் கழித்தே ஊர் சென்று, சவ அடக்கம் செய்தான் ரிஷ்லு.

ஊர் என்ன எண்ணும், என்ன சொல்லும் என்பது பற்றிப் பயப்படுவதில்லை.

பேரவைக் கூட்டத்திலே முதன்முதல் பேசியதும் பலரும் பாராட்டினர் - ரிஷ்லு அவ்வளவுடன் திருப்தி அடையவில்லை. அந்தச் சொற்பொழிவை அச்சிட்டு, எராளமாக வழங்கிட ஏற்பாடு செய்தான். எதையும் அரைகுறையாக விட்டுவைப்பது, ரிஷ்லுவின் முறையல்ல. பிரன்ச்கெஜட் எனும் பிரசார இதழைத் துவக்கி, திறமையான - ஆசிரியர் மூலம் நடத்தச் செய்து, அதன் மூலம் ரிஷ்லு,

தன்னைப் பற்றியும் தன் ஆட்சி முறையைப் பற்றியும் பிரசாரம் செய்துவந்தான்.

காற்று இல்லை, வெளிச்சம் இல்லை, மலர் இல்லை, மகிழ்ச்சி இல்லை, வெள்ளிச் சாமான் இல்லை, பட்டு விரிப்பு இல்லை என்று ஆயாசப்படும் நிலையில், லூகான் நகர தேவாலய அதிபராக இருந்துவந்த ரிஷ்லு "அரசுக்காக! பிரான்சுக்காக" பணியாற்றிப் பெற்றநிலை எப்படி இருந்தது! மன்னனுக்கு, தன் உயிலின்படி 1,50,000 பவுன் வைத்திருந்தான்! இதை, மன்னர், பண நெருக்கடியின்போது உபயோகித்துக் கொள்ளவேண்டும் என்ற குறிப்புடன். மன்னனுக்குப் பணம் தந்துவிட்டுச் சாகும்நிலை இருந்தது ரிஷ்லுவுக்கு.

கார்டினல் அரண்மனை எனும் உயர்தர மாளிகை, வைரக் கற்கள் பதித்த தங்க ஆபரணம், வெள்ளிப் பேழைகள் ஆகியவற்றை மன்னனுக்குத் 'தானம்' தர முடிந்தது, ரிஷ்லுவால்.

நெருங்கிய உறவினர்களுக்கு ஏராளமான நிலபுலனும், தோட்டம் மாளிகையும், ஜெமீன்களும் இனாம்களும், பகிர்ந்தளித்தான்.

ரிஷ்லுவின் உயிலிலே குறிப்பிடப்பட்டிருக்கும் புள்ளி விவரத்தைக் கவனிக்கும்போது, பிரான்சிலே இருந்து வந்த எந்தப் பரம்பரைச் சீமானுக்கும் இல்லாத அளவு சொத்து சேர்ந்தது என்பது விளக்கமாகிறது.

மன்னன் ரிஷ்லுவுக்கு, கொழுத்த வருமானமுள்ள தேவாலயங்களையும், ஜெமீன்களையும் வழங்கி இருந்தான்.

கார்டினல் பதவிமூலம் கிடைத்த வருமானம் சாமான்ய மானதல்ல.

நார்மண்டி பகுதியிலே ரிஷ்லுவுக்கு இருந்த பண்ணை மட்டும் ஆண்டுக்கு அரை இலட்சம் பவுன் வருமானம் அளித்தது. இதுபோல வளமான பண்ணைகள், பிரான்சிலே பல்வேறு இடங்களில் ஐந்து இருந்தன.

மேலும், அன்றைய ஆட்சி முறையின்படி, அரசாங்கக் காரியத்துக்காக வசூலிக்கப்படும் எல்லாத் தொகையிலும், ரிஷ்லு, ஒரு பகுதி சொந்தமாக்கிக் கொள்ளும் உரிமை இருந்தது. நமக்கு வேண்டியது இது, என்று ரிஷ்லு கண்ணியம் பேசவில்லை.

புகழ் எப்படிக் குவிந்ததோ, அதைவிட வேகமாகச் செல்வம் ரிஷ்லுவிடம் குவிந்தது.

வீடு வாசல் தோட்டம் துரவு எனும் அசையாப் பொருள் களை நீக்கி, பணமாகமட்டும், உயிலின்படி, உறவினர்களுக்கும் ஊழியர்களுக்குமாக ரிஷ்லு தந்த தொகை ஏறக்குறைய முப்பது இலட்சம் பிரஞ்சு பவுன் என்றால் ரிஷ்லுவிடம் குவிந்திருந்த செல்வத்தின் அளவு எவ்வளவு என்பது ஒருவாறு விளங்கும்.

ஒவ்வோர் அரசியல் குழப்பமும் இலாபகரமான பதவியைத் தந்தவண்ணமிருந்தது, ரிஷ்லுவுக்கு.

மன்னனுக்கு மகிழ்ச்சி ஏற்படும்போதெல்லாம், ரிஷ்லுவுக்கு புதுப் பண்ணைகள் கிடைக்கும்.

பல பதவிகள் ஒரே காலத்தில் - ஒவ்வொரு பதவிக்கும் தனித்தனி வருமானம்! செல்வம் குன்றெனக் குவியத்தானே செய்யும்.

இவ்வளவு பெரும் பொருளைச் சேகரித்த ரிஷ்லு, வாழ்க்கையிலே ஆடம்பரமற்று, செலவின்றி இருந்தானோ எனில், அதுவுமில்லை; மாளிகைகள் பொறாமைப்படும் செலவு.

பாதுகாப்புக்காக மட்டும் ஆயுதம் தாங்கியவர்கள் நூறு பேருக்குமேல் - சம்பளத்துடன்.

பல்லக்கிலே சவாரி, பரிவாரம் சூழ!

மாளிகையிலே உயர்தரமான அலங்காரப் பொருள்கள்.

குதிரைக் கொட்டில்கள் இரண்டு, அவைகளில் உயர் தரமான குதிரைகள்.

மருத்துவர்கள், உடலை அவ்வப்போது கவனிக்க வேலைக்கு அமர்த்தப்பட்டிருந்தனர்.

நாட்டின் பிரபுக்களின் ரிஷ்லுவுக்கு வேண்டியவர்களுக்கு அடிக்கடி விருந்து வைபவம் நடத்தி வைக்கப்படும் - செலவு தாராளமாக.

ரிஷ்லுவுக்கு ஆடை அணிவிக்க மட்டும் ஐந்து ஆட்கள்.

குறிப்புத் தயாரிப்போர், கடிதம் எழுதித் தருவோர் ஆகியவர்கள் மூவர் - நல்ல சம்பளம்.

ஆண்டொன்றுக்கு ரிஷ்லுவின், வீட்டுச் செலவு மட்டும் இன்றைய பிரெஞ்சு நாணய முறைப்படி 36,96,000 பிராங்குகள், என்று கணக்கிடப்பட்டிருக்கிறது.

ரிஷ்லுவைப் பேட்டி காண்பது மன்னனைக் காண்பதைவிடக் கடினம் என்று கூறத்தக்க விதமாக, ஆடம்பரம் இருந்துவந்தது.

காவலர்கள், ரிஷ்லுவைக் கண்ணிமைபோல் காத்துவந்தனர். பகலில் ரிஷ்லு, இருக்கும் அறையிலேயே ஆயுதம் தாங்கிய படைவீரர் காவலுக்கு இருப்பர். இரவில், பக்கத்தறையில் இருப்பர். துளிச் சத்தம் கேட்டாலும் எழுந்தோடி வரவேண்டும் என்று உத்தரவு. யாராவது ரிஷ்லுவைக் காணச் சென்றால், ஐந்து இடங்கில் படைவீரர்கள், வருபவர்களைச் சோதனையிட்ட பிறகே, ரிஷ்லு உள்ள அறைக்கு அழைத்துச் செல்வர், அங்கு - படை வீரர் காவலிருப்பர்.

கோலகலமான வாழ்க்கைதான்! - ஏராளமான செலவு - ஆடம்பரம் - எல்லாம், அரசுக்காக! பிரான்சுக்காக!

கார்டினல் ரிஷ்லு, குன்றெனக் குவிந்திருந்த செல்வத்தில் மன்னனுக்கும், உறவினருக்கும், அவனிடம் கைகட்டிக் காத்துக் கிடந்த ஊழியர்களுக்கும் தந்திருக்கிறானே தவிர, ஏதேனும் பொது நலத்துறைக்கு மக்கள் நலனுக்கு, ஒதுக்கினானா என்றால், இல்லை! மக்களுக்காகவா, ரிஷ்லு வாழ்ந்தான்! அரசுக்காக! பிரான்சுக்காக!!

உயிலிலே, ஒரு புள்ளி விவரம் அவனுடைய உள்ளக் கிடக்கையை எடுத்துக் காட்டுகிறது. 30,000 ஒரு சீமானுக்குத் தரும்படி, குறிப்பு இருக்கிறது - "அவருக்கும் பணமுடை என்பது எனக்குத் தெரியும். ஆகவே அவருக்கு இந்த உதவித் தொகையைத் தருக," என்று கூறப்பட்டிருக்கிறது. கனிவு, எந்தத் திக்குக்கு என்பது விளங்குகிறது.

அரசுக்காக! பிரான்சுக்காக! என்ற சொற்களைத் திறம்படப் பயன்படுத்தி, கொடுமைகளைக் கூசாமல் செய்து, ஆதிக்க வெறியனாய் வாழ்ந்து, பெரும் செல்வத்தைச் சேகரித்துக் கொண்ட ரிஷ்லுவின், வாழ்க்கை முறையை, ஆதிக்கத்தைத் தேடி அலைபவர்கள், திருவாசகமென்று இன்றும் எண்ணுகின்றான்.

ஓயாத உழைப்பு, கூர்மையான புத்தி, அளவற்ற ஆற்றல், எந்தத் துறையினும் இணையற்ற சமர்த்து என்று பாராட்டுகின்றனர்.

உலகம், போட்டிப் பந்தய மேடை அல்ல - கூட்டுறவுச் சாலை, என்ற புனிதக் கோட்பாட்டைமதியாதார், இரும்புக் கரத்தினரை, ஈவு இரக்கமற்ற நெஞ்சினரை, அவர்களின் வெற்றி கண்டு, பாராட்டுவது, வாடிக்கையாகிவிட்டது.

மனிதனைச் சிங்கம் பிய்த்து எறிந்ததை, திராட்சைக் கொத்தைத் தின்றபடி இரட்சித்திடவில்லையா, ரோம் நாட்டு மமதையாளர்கள். பொதுநோக்கு, பொதுநலம், மக்கள் முன்னேற்றம் எனும் எதற்கும் பற்றுக்கொள்ளாது, சிறக்க வாழவேண்டும், ஈடு எதிர்ப்பின்றி ஆட்சி செலுத்த வேண்டும், என்று முயன்று, வெற்றி பெறுபவர்களைப் பாராட்டுவது, அது போன்றதேயாகும் மதத்துறைத் தலைவர்கள் உண்டு. அரசியல் துறைத்தலைவர்கள் இருக்கிறார்கள் - கார்டினல் ரிஷ்லு, மதத் துறையில் தலைமைபெறப் பணியாற்றியபடி இருந்துகொண்டே, அரசியல் துறையில் ஆதிக்கம் பெற்ற ஓர் அபூர்வமான சர்வாதிகாரி.

பார்லிமெண்டுகளைப் பஜனை மடங்களாக்குவோர் உண்டு. பஜனை மடங்களில் பார்லிமெண்டு நடத்துவோர் உண்டு. இந்த ரிஷ்லு, பஜனை மடத்தில் இருந்தபடியே பார்லிமெண்டுக்குத் தன்னைத் தயாரித்துக் கொண்டிருக்கும் தனி வழி கண்டறிந்து பயன் கண்டவன்.

மதத்துறையில் ஈடுபட்டு, அதிலே மாசுகளைக் களைந்தெறிந்து, மாண்புகளைப் பெருகச் செய்து, அத்தகைய மார்க்கத்தின் மூலம் மக்கட் சமுதாயத்துக்கு உயர்வும் உய்யும் வழியும் கிடைத்திடச் செய்வதற்காகப் பணியாற்றிடும் பெரு நோக்குடையார் பலர் உண்டு - பலர் பணியாற்றிப் பலன் காணாது பதறினர்.

சிலர், மதத்துறையிலே பெருமளவுக்குச் செல்வாக்குத் தேடிக்கொண்டு, அந்தச் செல்வாக்கைக் காட்டி அரசுகளைப் பணிய வைக்கவும், ஆட்டிப் படைக்கவும், முயன்றனர் - வெற்றியும் கண்டனர்.

சில அரசியல் தலைவர்கள், அந்தத் துறையிலே தமக்குக் கிடைத்த செல்வாக்கைக் கொண்டு மதத்துறையிலேயும் தமது ஆதிக்கம் நுழையும்படி செய்து வெற்றி பெற்றனர்.

கார்டினல் ரிஷ்லு, இதுபோன்ற வகையினரில் ஒருவராக வில்லை - அவன் கண்ட வழியே தனி!!

ஆதிக்கம் பெறுவதற்கு மதத்துறையைச் சிலர்போல் ஏணியாக்கிக் கொள்ளவில்லை - அரசியல் ஆதிக்கம் பெறுமுன், மதத்துறையைச் சிறிது காலம் தங்குமிடமாகக் கொண்டான். மதத்துறையில் பெரும் செல்வாக்குப் பெற்றதால் அரசியல் துறையில் ஆதிக்கம் பெறலாம் என்பது பொதுவிதியானால், போப்பாண்டவரல்லவா, பிரான்சு நாட்டை ஆட்டிப்படைத் திருக்க வேண்டும். கார்டினல் ரிஷ்லுவின் கைப்பிடியில்லவா, பிரான்சு சிக்கிற்று! போப்பிடமல்லவே!!

அம்மட்டோ! அந்தப் போப்பாண்டவரைக்கூட, ஒரு சம்பவத்தின்போது, இந்த ரிஷ்லு, ‘உமது வேலையைப் பாரும்! என் துறையிலே தலையிடவேண்டாம் என்று கூறிட முடிந்தது!!

அரசுக்காக! பிரான்சுக்காக! என்ற சொற்றொடர் - ரிஷ்லு காலத்தில். இன்று ரிஷ்லுக்களாகலாமா என்று மனப்பால் குடிக்கும் சிலரும் அடிக்கடி அரசுக்காக! நாட்டுக்காக! என்று பேசி, மக்களை மயக்கவும், உலகை ஏய்க்கவும், எதிர்ப்பை ஒடுக்கவும் முடியும் என்று நம்புகிறார்கள்.

நாட்டுக்காக! என்று கூறிக்கொண்டே, எந்த அக்கிரமம் செய்தாலும் மக்கள் சகித்துக் கொள்வார்கள் என்று எண்ணுவது ஏமாளித்தனம். ரிஷ்லுவால் முடிந்ததே! என்று கூறலாம் - மக்கள் பழிதீர்த்துக் கொண்டனர். காலம் பிடித்தது அதற்கு, எனினும் பழிதீர்த்துக் கொண்டனர் - ரிஷ்லுமீதல்ல, அவன் போற்றிவந்த அரசின் மீது!!

அரசு பலமடைய வேண்டும் என்று பேசப்படும்போது ஆமாம் என்ற பதில் எளிதாகக் கிடைத்துவிடும்... ஆனால், எப்படிப் பலமடைவது என்ற கேள்வியும், மக்கள் கேட்க ஆரம் பித்தால், ஆதிக்கவாதிகள் பதில் இறுக்க இயலாது.

அரசு, மக்களுக்கு நலம்தர ஓர் ஏற்பாடு, என்ற இலட்சியத்தை மறந்து, நாடு மக்களின் உடமை என்ற உண்மையை ஏற்காது, நாடு என்றால், அதிலே காணப்படும் விரல்விட்டு, எண்ணத்தக்க பட்டுடை அணிந்த வீணர்கள் மட்டுமே என்று கருதி, அரசு என்றால், அவர்களின் வசதி கெடாதபடி மற்றவர்களைக் கண்காணித்து வருவதுதான் என்று தீர்மானித்து, ஆதிக்கம் புரிந்தவர்களால், அரசும் மேன்மையுறாது, நாடும் வளம் பெறாது.

ரிஷ்லுவுக்குத் தெரிந்த பிரான்சு, அங்கே செக்குமாடென உழைத்துக்கிடந்த பெரும்பான்மை மக்களல்ல.

மமதையால் மன்னனை எதிர்க்கக் கிளம்பும் சில பிரபுக்களும், வேற்று மார்க்கத்தவர் என்பதால் பிணங்கிக் கிடந்த சில பலரும், கீர்த்தி எனும் வெற்றுரைக்காகப் போர் மூட்டிவிடும் வெறியர் சிலரும்தான், ரிஷ்லுவுக்குத் தெரிந்தனர்.

அரண்மனை, மாளிகை, ஆலயம் இவற்றோடு நாடு முடிந்துவிடவில்லை. வயல் இருக்கிறது, வாய்க்கால் இருக்கிறது. பாதை இருக்கிறது, பள்ளம் இருக்கிறது. தொழில் இருக்கிறது, துயரம் இருக்கிறது. இங்கு, இலட்ச இலட்சமாக ஏழைகள் உள்ளனர், உழைத்த வண்ணம், உழைக்கிறார்கள் வாழ முடியவில்லை, சாவை வரவேற்கிறார்கள், நிம்மதிபெற அதனினும் சிறந்த மார்க்கம் வேறு இல்லாததால்! இந்தப் பிரான்சுக்கு அல்ல, ரிஷ்லு, முதலமைச்சரானது! அவனுடைய பிரான்சு, மன்னன், அவனைச் சுற்றி வட்டமிடும் வல்லூறுகள், அவனுக்கு விளையாட்டுக்காகப் பறந்திடும் பொன்வண்டுகள், இவை உள்ள, அரண்மனை, மாளிகை, பூம்பொழில் இந்த ஏற்பாட்டைப் பாதுகாக்க அமைந்துள்ள பாசறை, நீதிமன்றம், சிறைக்கூடம் இவை!

பிரான்சு, பெருமூச்சுவிட்டது, ரிஷ்லுவின் செவியிலே விழவில்லை - கேட்க மறுத்துவிட்டான்.

பிரான்சிலே, ஐந்தில் ஒரு பகுதி நிலம் - வயல் - மன்னனுக்குச் சொந்த உடைமை.

மற்றோர் பங்கு மத அலுவலருக்கு, பிறிதோர் பங்கு பிரபுக்களுக்கு, மிச்சம் இருந்ததைப் பொது மக்களுக்கு என்று விட்டுவைத்தனர். பொதுவளம், பொதுநலம், பொது அறம், - எதுதான் தழைக்க முடியும்!

இந்த ஏற்பாடு, சரியா, தவறா என்று ஆராய்வது கூடத் தேவையில்லை என்று இருந்து கொண்டுதான் ரிஷ்லு-,

அரசுக்காக! நாட்டுக்காக! என்று பல்லவி பாடி ஆதிக்கம் செலுத்தினான்.

பிரபுக்களின் கொட்டத்தை அடக்கும்போதுகூட, அவர்கள், மக்களை மாடுகளாக்கி, வாழ்கிறார்கள் என்பதற்காக அல்ல! ரிஷ்லுவே பெரிய பெரிய பண்ணைகளுக்கு உரிமையாளராகிவிட்டானே! ஏழை உழவனின் வியர்வையும் கண்ணீரும் கலப்பது பற்றிக் கவலை ஏன் பிறக்கும்!

உழவன், பிரபுவிடம் அடிமைப்பட்டுக் கிடந்தான். கூப்பிட்டபோது ஓடி வேலை செய்யவேண்டும். கேட்ட வரியைத் தந்தாக வேண்டும். வரி மட்டுமா? எதையும்!

பிரபுவின் இயந்திரத்தில்தான் அவன் மாவரைத்துக் கொள்ளவேண்டும்.

அவருடைய பறவைகள் உழவன் வயலிலே புகுந்து கதிர்களைக் கொத்தும், அவன் அவற்றை விரட்டக் கூடாது. அவர் அமைத்த நீதிமன்றத்தில் உழவன் கைகட்டி நிற்க வேண்டும்; அவர் சொல்வதுதான் சட்டம்!

உழவன், விளைந்ததை விற்றுத் தேவையானதைப் பெற்று வரலாம் என்று கிராமத்தை விட்டுக் கிளம்பிச் சந்தை கூடும் இடம் போவான், வழியிலே, சீமான்களின் சுங்கச் சாவடி இருக்கும், வரி கட்டினால்தான், போக அனுமதி.

இவ்வளவும் இவற்றின் விளைவாகவும் கொடுமைகள் மலிந்து கிடந்தன. அறிவாற்றல் படைத்த, எடுத்த செயலை முடித்தே தீருவதிலே வல்லமை பெற்ற ரிஷ்லு, என்ன செய்தான்? சிறு விரலையும் அசைக்கவில்லை.

மத அலுவலர்களின் போக்கோ - பிரபுக்கள் பயிற்சி பெற வேண்டிய கல்லூரியாக இருந்தது.

பட்டிக்காட்டு உழவன் விளைவதில் பத்திலோர் பாகத்தை 'காணிக்கை'யாகத் தந்துவிட வேண்டும் - இந்தக் காணிக்கை பல கிராமங்களிலே சேகரம் செய்யப்பட்டு, ஒரு தேவாலய அதிபருக்குப் போய்ச் சேரும். மதச் சடங்குகளின் போதெல்லாம், 'வரி' கட்டவேண்டும்; முணுமுணுக்கக் கூடாது. கணக்குப் பார்த்தலாகாது, புண்ணியம் கிட்டாது, தேவாலயம், அருளாலயம். என்பன போன்ற திருப்பெயர்களைத் தாங்கிக் கொண்டிருந்த மத அமைப்புக்கு, தானமாகக் கிடைத்த நிலங்களிலிருந்து மட்டும் 100,000,000 பிரெஞ்சு பவுன் வருமானம் கிடைத்து வந்தது.

இந்தப் பெருந்தொகை, அஞ்ஞானத்தை விரட்ட, சன்மார்க்கத்தை நிலைநாட்ட, பயன்பட்டதா? கேட்பதே, பாபம்.

சீமான்களுக்கு, ஜெமீன்கள் பண்ணைகள் இருப்பது போல, இந்த அருளாலயங்களுக்கும் உண்டு. வருமானத்தை அவர்கள் களியாட்டத்திலே செலவிடுவர், அவர்களிடம் சிறுதொகை ஊதியம் பெற்றுக்கொண்டு. பூஜாரி, கர்த்தரின் பெருமையைக் கழனி ஆண்டிக்கு எடுத்துக் கூறிவருவான்.

புரட்சியின் போது தொகுக்கப்பட்ட புள்ளிவிவரத்தின்படி, மத அமைப்புக்களின் மொத்த ஆண்டு வருமானம் 170,000,000 என்று கணக்கிட்டனர்!

வரி தரமாட்டார்கள் மத அலுவலர்கள்! "எமது வாயைத் திறப்போமே தவிர, கையைத் திறக்கமாட்டோம்" என்று ஒரு மத அலுவலர் கூறினார். ஒரு சமயத்தில் இன்னொருவர்,

“மக்கள் பொருள் தருகிறார்கள், பிரபுக்கள் வீரத்தைத் தருவர், நாங்கள் ஜெபம் தருகிறோம்” என்று கூறினாராம்.

பண நெருக்கடியின்போது ஒரு முறை ரிஷ்லு முயன்று பார்த்தார், மத அலுவலர்களிடமிருந்து வரி வசூலிக்க பிடிவாதமாக மறுத்துவிட்டனர்; எதிர்ப்பு வலுத்தது. இந்த ஆபத்தான வேலை வேண்டாமென்றோ, என்னவோ இனம் இனத்தைக் காக்கும் போக்கிலே ரிஷ்லு, மேலே வலியுறுத்த வில்லை. அவர்களாகத் தந்த ‘தொகை’யை நன்றிகூறிப் பெற்றுக் கொள்வதுடன், அந்த அத்தியாயத்தை முடித்துக் கொண்டான்.

ஐந்தாண்டுக்கு ஒரு முறை மத அலுவலர்கள், தாமாக, மனமுவந்து ஏதேனும் ‘தொகை’ தருவர் அரசர் அந்தத் தேவப் பிரசாதத்தை மதிப்புடன் ஏற்றுக் கொள்ள வேண்டும்.

பிரபுக்களுக்குத் தனித்தனி தர்பார் இருந்தது - எனவே அவர்களும் அரசுக்கு வரிசெலுத்த மாட்டார்கள்.

ஆக, அரசுக்கு வரி செலுத்தும் பெரும்பாரம், ஏழைகளின் முதுகிலே விழுந்தது.

அரசுக்காக! நாட்டுக்காக! என்று பாடிய ரிஷ்லுவுக்கு இந்த நிலைமைகளைத் திருத்தவேண்டும் என்றும் தோன்றவில்லை. அறிவும் ஆற்றலும், அரசனுக்குப் பொழுது போக்குத் தேடித்தர உதவிற்று, ஏழை அழுத கண்ணீரைத் துடைக்க அல்ல.

நீதிமன்றங்கள், பிரபுக்களின் நீதிமன்றங்கள், மத நீதிமன்றங்கள் என மூன்று வகை - இதற்குள் உட்பிரிவு வகைகள் ஏராளம். ஒவ்வொன்றுக்கும் ஒவ்வொரு விதச்சட்டம் - எப்போது எந்தச் சட்டம் பயன்படுத்தப்படும்

என்பது ஏழைக்கு விளங்கவே முடியாத புதிராக இருந்தது. இந்தப் புதிர், எண்ணற்ற வழக்கறிஞர்களுக்குக் கொழுத்த வேட்டை தந்து வந்தது. 360 வகையான சட்ட முறைகள் இருந்ததாகக் கணக்கிட்டிக்கிறார்கள்.

இவற்றில் எதனையும் மாற்ற, திருத்த, மக்களுக்கு உகந்ததாக்க ரிஷ்லு முயற்சி எடுத்துக் கொள்ளவில்லை.

அரசர், வரிவசூலிக்க பிரான்சு முழுவதுக்கும், மொத்தமாக அறுபது பேரை நியமிப்பார். அவர்கள் ஆறு ஆண்டுகள் அதிகாரம் புரிவர். மன்னனுக்கு முன்னதாகக் குறிப்பிட்ட தொகையைக் கட்டிவிடுவர். இப்படி வரி வசூலிக்கும் உரிமை ஏலத்தில் விடப்பட்டது. அகப்பட்ட வரையில் இலாபம் என்று அவர்கள் ஏழைகளைக் கசக்கிப் பிழிந்தனர். ரிஷ்லுவின் ஒளிவிடும் கண்களில் இந்த அக்கிரமம் படவில்லை!

விருந்தொன்றின்போது, ஒவ்வொருவரும், பொழுது போக்குக்காக, கொள்ளை அடிப்பவர்களைப் பற்றி விதவிதமான கதைகள் கூறினார்களாம். அந்த விருந்திலே வால்டேர் இருந்தாராம். அவரையும் ஒரு கொள்ளைக்காரன் கதை கூறச் சொல்லி வற்புறுத்தினார்களாம். அவர், “ஒரே ஒரு காலத்தில் ஏகவரி ஏல அதிகாரி ஒருவன், இருந்தான். அவ்வளவுதான்!” என்று கதையை முடித்துவிட்டாராம். கொள்ளை அடிப்பவர்கள் எல்லாரையும் மிஞ்சக்கூடிய கொள்ளைக்காரன், இந்த வரி ஏல அதிகாரி, என்பதைச் சுவைபட வால்டேர் சொன்னார். ரிஷ்லு இது அக்கிரம முறை என்று உணரவில்லை.

எந்தத் துறையைக் கவனித்தாலும், அநீதி தாண்டவமாடிற்று, அக்கிரமம் தலைவிரித்தாடிற்று, எதையும் திருத்த ரிஷ்லு முயலவில்லை. அரசுக்காக! பிரான்சுக்காக! என்று மட்டும் பேசினான். இவ்விதமான அநீதிகளை வைத்துக் கொண்டு,

எந்த அரசுதான் நிலைக்க முடியும், எந்த நாடு பிழைக்க இயலும்!

எனவேதான், புரட்சி கிளம்பிற்று - பிரான்சு, புடம் போட்ட தங்கமாவதற்கு! மக்களுக்காக அரசு! மக்களுக்காகப் பிரான்சு! என்ற முழக்கமிட்டனர், புரட்சி வீரர்கள், அறியாமல் செய்த ஒரு நன்மை உண்டு, ரிஷ்லுவால்!

கோட்டை கொத்தளங்களை அமைத்துக் கொண்டு, கொடி கட்டி ஆண்ட பிரபுக்களின் கொட்டத்தை அடக்கி, அவர்களுடைய இராணுவ பலத்தை ஒடுக்கிவிட்டான் ரிஷ்லு. இது, மக்கள் பிரான்சிலே மாபெரும் புரட்சி செய்தபோது அவர்களை எதிர்க்கும் சக்தியை, பிரபுக்கள் பெற முடியாதபடி செய்தது.

எல்லா அதிகாரங்களையும் அரசனிடம் குவித்து வைத்ததும், புரட்சிக்கு மறைமுகமாக உதவி செய்தது.

மன்னனுடைய மணிமுடி ஒளிவிட வேண்டுமென்று ஏழையின் இரத்தத்தை அபிஷேகம் செய்வித்து அரசாட்சி புரிந்தான் ரிஷ்லு. மக்கள் பதிலளிக்க நெடுங்காலம் பிடித்தது. அவர்கள் தந்த பதிலோ, பயங்கரமானது, மன்னனின் தலையை வெட்டிக்காட்டி, முழக்கமிட்டனர், மக்களுக்காக! பிரான்சுக்காக! என்று.

(திராவிடநாடு - 1955)

★★★

9 788198 806970